వటవృక్షం ఒడిలో

వన్నెల
సీతాకోకచిలుక

క్రానికల్స్ ఆఫ్ లైఫ్

D9900393

పద్మజ పెన్మెత్స

notionpress.com

INDIA • SINGAPORE • MALAYSIA

Notion Press Media Pvt Ltd

No. 50, Chettiyar Agaram Main Road,
Vanagaram, Chennai, Tamil Nadu – 600 095

First Published by Notion Press 2021
Copyright © Padmaja Penmetsa 2021
All Rights Reserved.

ISBN
Hardcase 979-8-88503-188-2
Paperback 978-1-68494-694-5

Telugu Translation: **Vijayalakshmi Kanna**
Editing: **Julia Devardhi, V. Mallikarjun**
Illustrations: **Anurag Kommuri**
Layout and Design: **Venkat Siddareddy & Mahy Bezawada**

నా
వటవృక్షానికి

ముందు ఒక మాట

ఈ పుస్తకానికి ముందుమాట ఏం రాద్దామా అని ఒక కప్పు కాఫీ చేతిలో పట్టుకొని ఆ రుచిని ఆస్వాదిస్తూ కూర్చున్నా. నా స్నేహితుల గురించిన జ్ఞాపకాలు మదిలో మెదులుతూనే వున్నాయి. నాకంటూ ఒక వ్యక్తిత్వాన్ని తీర్చిదిద్దుకోవడానికి సహకరించిన నా స్నేహితుల్ని, వాళ్లతో గడిపిన క్షణాలను గుర్తుచేసుకున్నా.

నేను నా జీవితాన్ని ఇలాగే ఈ దారిలోనే బతకాలని నిర్ణయించుకొని నా ప్రయాణం మొదలుపెట్టానా? మరి అలాంటి మార్గమేదీ కనీసం నా కలల ప్రపంచంలో కూడా లేదే!

నన్ను చుట్టుముట్టే సమస్యల నుండి బయటపడే మార్గమేదైనా నాకు తెలుసా? వాటి గురించిన అవగాహన కానీ నా చుట్టుపక్కల జరుగుతున్న విషయాల గురించిన కనీస జ్ఞానం కానీ నాకు లేవే!

అయితే నాకు ఉన్నది, తెలిసింది మాత్రం ఒక్కటే - ఏం జరగబోతోందో చూద్దామన్న కుతూహలం మాత్రమే.

చూద్దాం! ఇంకొన్ని రోజులు ఆగి చూద్దాం! తొందరపడకు! - నా మనసు నాకు ఎప్పుడూ ఈ మాటలు చెబుతూనే ఉంది. నేనూ తొందరపడి ముందుకు వెళ్లకుండానే ఆగిపోయేదాన్ని. ఎప్పటికప్పుడు ఏదైనా చెడు జరుగుతుందేమోనని, అలా జరిగితే ఎలా అనే అనుకునేదాన్ని. మీరు నమ్ముతారో నమ్మరో కానీ, నేనలా అనుకున్నప్పుడల్లా తప్పకుండా ఏదో ఒక చెడు జరిగేది. అయినా సరే, నేను ఆ సమస్య అంతు చూడకుండా మాత్రం వదిలేదాన్ని కాదు.

నేను నడిచిన దారుల్లో నా చుట్టూ ఉన్న పరిస్థితులను, మనుషులను మార్చడానికి ప్రయత్నించినపుడల్లా వాళ్ళని మార్చడమే కాదు, నేనూ మారాలని తెలుసుకున్నా. దీనిమీద బాగా దృష్టి పెట్టడం ద్వారా, ఒక సమస్యని పరిష్కరించడంలో మిగిలినవారికన్నా విభిన్నంగా ఆలోచించవచ్చని తెలుసుకున్నా.

నా ఆలోచనా విధానాన్ని మార్చుకుంటున్నప్పుడల్లా, దాని ప్రభావం ఎలా ఉంటుందని ఎప్పటికప్పుడు పరిశీలించుకుంటూ ఉండేదాన్ని. ఇలా చేయడం వల్ల - సమస్యలు పరిష్కరించడంలో నాకు ఉపయోగపడిన విధానాల నుండి కొన్ని కొన్ని తప్పొప్పులు సేకరించుకునేదాన్ని. వాటిపై బాగా దృష్టిపెట్టి నన్ను నేను మరింత మెరుగుపరచుకునేదాన్ని. అనవసరమైన విషయాలకు దూరంగా ఉండటాన్ని కూడా నేర్చుకున్నా.

నేను కలిసే ప్రతి ఒక్కరి నుండి ఏదో ఒక విషయాన్ని నేర్చుకుంటుంటా. కొంతమంది నాకు దగ్గరుండి నేర్పించినవాళ్లున్నారు. ఏమీ నేర్పించకపోయినా 'నేనే తనకి అన్నీ నేర్పించా' అని చెప్పినవాళ్లూ వున్నారు. ఏమీ చెప్పనివాళ్లు కూడా కొంతమంది ఉన్నారు. అలాంటివాళ్ల దగ్గర్నుంచి కూడా నేను ఎంతో కొంత నేర్చుకున్నా.

నాకు అప్పగించబడిన పనుల్ని ఎంతో బాధ్యతగా, జాగ్రత్తగా చూసుకుంటూ, కాపాడుకుంటూ వచ్చా. ఒక్కొక్క ఇటుకే పేర్చుకుంటూ నా ఇంటిని నేను నిర్మించుకోగలిగా. నేను అనుభవించిన బాధలు, కష్టాలు – జీవితంలో ప్రతి ఒక్క అవకాశాన్ని ఎలా వినియోగించుకోవాలో నేర్పించాయి.

నా జీవితంలో సంభవించిన మార్పులో ఈ పుస్తకం కొద్దిభాగం మాత్రమే. అన్ని విషయాల్లో జరిగిన మార్పులను చెప్పే ఒక చిన్న ప్రయత్నం మాత్రమే.

నేను మార్పు కోసం ప్రయత్నించడం మొదలుపెట్టగానే, నా చుట్టూవున్న ప్రపంచం కూడా నాకు అనుగుణంగా మారడం మొదలుపెట్టింది. నా జీవితంలో ఆ అద్భుతాన్ని నేను అనుభవించాను. మీ జీవితాల్లో కూడా అలాంటి అద్భుతమైన మార్పులు రావాలని ఆశిస్తున్నా.

గొంగళిపురుగుగా జీవితాన్ని మొదలుపెట్టినవారికి, వటవృక్షం నుండి అన్నీ నేర్చుకున్న నేను, ఇప్పుడు రంగుల సీతాకోకచిలుక లాగా కనపడతాను. ఎవరైనా నేను వారికి దారిచూపే వటవృక్షాన్ని అని చెప్పినప్పుడు నా మనసంతా వారిపట్ల కృతజ్ఞతతో నిండిపోతుంది. అదే నిజమైతే నా ప్రయత్నంలో నేను సఫలీకృతమైనట్లేనని భావిస్తాను.

మీరు మీ జీవితాలను తీర్చిదిద్దుకోవడం కోసం చేసే సాహసాలన్నీ ఫలించి, విజయోత్సాహంతో రంగురంగుల సీతాకోకచిలుకలుగా మారాలని, మీ చుట్టుపక్కల వారిని తీర్చిదిద్దే వటవృక్షాల్లాగా (నా కథలోలాగా) కావాలని కోరుకుంటూ..

అందరికీ ఇదే నా ఆహ్వానం..

- పద్మజ పెన్మెత్స

* * *

ఛాయిస్ మీదే!

ప్రాణులన్నింటినీ సృష్టించాక, తన సృష్టి పట్ల అంతగా సంతృప్తి చెందని భగవంతుడు, కోతిని పిలిచి – "నిన్ను అద్భుతంగా మార్చబోతున్నాను. ఇక నీకు అడవిలో చలికీ ఎండకీ బాధ ఉండదు. సాటి జంతువుల భయం ఉండదు. ఆకులు పళ్ళూ కాకుండా రకరకాల రుచులు ఆస్వాదించవచ్చు" అని చేయబోయే మార్పులు చెప్పాడట. అంతా విని కోతి "నీకు మతి పోయింది స్వామీ. చెట్టు మీద నుంచి ఇంకో చెట్టుకు నాలుగు కాళ్ళ మీద హాయిగా గెంతుతూ వెళ్ళే మమ్మల్ని రెండు కాళ్ళ మీద నేల మీద నడిచేలా చేస్తావా? పైగా అందరికీ ఛాతి చూపించుకుంటూ సిగ్గు లేకుండా తిరగమంటావా?" అంటూ నిరాకరించింది.

అప్పుడు దేవుడికి కోపం వచ్చి గొప్ప తెలివితేటలున్న ఒక కొత్తజీవికి రూపకల్పన

చేశాడు. పక్క నుంచి చూస్తున్న సరస్వతి, "ఈ జీవికి మీరు ఏం పేరు పెడుతున్నారు స్వామీ?" అని అడిగింది.

"మనిషి" అన్నాడు.

"కానీ గతంలో రాక్షసులకూ ఇలాగే బలమూ వగైరా ఇచ్చి కొంప మీదకు తెచ్చుకున్నారు. వాళ్ళకన్ని తెలివితేటలు లేవు కాబట్టి సరిపోయింది. ఇప్పుడు మీరు మనిషికి ఇన్ని తెలివితేటలు ఇస్తే, అతడు మీ మీదకు దండెత్తితే కష్టం కదా."

"వాగ్దానం చేశాను కాబట్టి ఇవ్వాలి. కానీ అందకుండా చేయాలి. ఎక్కడ దాస్తే మంచిదంటావు?" అని అడిగాడు.

"సముద్రగర్భంలోనో, అగ్నిపర్వతాల క్రిందో, ఆకాశంలోనో పెట్టండి"

"ఎవడైనా దుర్మార్గుడు వాటిని అందిపుచ్చుకుంటే నాశనకారకుడు అవుతాడు. అందాలి, శోధించినవాడే సర్వ సంపన్నుడవ్వాలి." అంటూ మేధస్సునీ, ప్రజ్ఞనీ, తెలివితేటలనీ కలిపి మనిషి 'బుర్ర'లోనే పెట్టారు. అది ఎక్కడుందో తెలియనివారు కష్టాలనీ, బాధల్నీ కొనితెచ్చుకుంటారు. కేవలం బాగుపడదామనుకున్నవారు మాత్రమే అది తమలోనే ఉందని తెలుసుకుంటారు.

ప్రతీ దానికీ ఛాయిస్ ఉన్నది. మనం ఆలోచించమంతే. జీవితం ఎలా ఉండాలనేది మన ఛాయిస్. కొంతమంది ఆనందంగా ఉండటానికీ, మరి కొంతమంది ఎప్పుడూ విషాదంగా ఉండటానికీ కారణం వారి ఛాయిస్ మాత్రమే. 'నిశ్శబ్ద విస్ఫోటనం' అనే నా నవలలో నాలుగొందల పేజీల్లో చెప్పిన ఈ అంశాన్ని ఈ రచయిత్రి వంద పేజీల్లో చెప్పింది.

* * *

రెండు మూడు రోజులకొక పుస్తకానికి 'ముందుమాట' వ్రాయమని వస్తూ ఉంటారు. కాస్త తెలిసిన వర్ధమాన రచయితలూ,

తెలిసినవాళ్ళతో రికమెండ్ చేయించేవాళ్ళు, రకరకాలుగా ఒత్తిళ్లు పెడుతూ ఉంటారు. “రచన ఏమాత్రం బాగులేకపోయినా రాయను. రాస్తే బాగులేదని వ్రాస్తాను” అంటే, కొంతమంది మొహమాటానికి “మీ ఇష్టం” అంటారు. మరి కొంతమంది సమాధానం ఇవ్వరు.

ఈ రచయిత్రికి కూడా ఫోనులో ఆ విషయమే చెప్పాను. “బాగుంటే వ్రాయండి. లేకపోతే వదిలేయండి” అన్నది. ఈమె మామయ్య నాకు సన్నిహితుడు. అయినా కూడా మొహమాటం లేకుండా “బాగుంటేనే వ్రాస్తాను” అని ఫోనులోనే చెప్పాను. “మీ ఇష్టం” అన్నారామె.

రెండు పేజీలు చదవగానే నాకు ‘ఆల్కెమిస్ట్’ గుర్తొచ్చింది. మేమందరం గతంలో ‘విజయానికి అయిదు మెట్లు’, ‘మైండ్ పవర్’ లాంటి పుస్తకాలు చాలా వ్రాశాం. కానీ వేరే జోనర్లో వ్రాసిన పుస్తకం ఇది. రెండు వేరు వేరు అస్థిత్వాలున్న పాత్రల మధ్య సంభాషణ. సంభాషణ కొంత సాగతీతగా కనబడినా తొలి రచన కాబట్టి వదిలేయవచ్చు. చెప్పదలుచుకున్న విషయం మాత్రం చాలా గొప్పది. పరిణామక్రమంలో మనిషి చుట్టూ ఉన్న పరిసరాలనికి అనుగుణంగా తనని తాను మలుచుకుంటూ, జీవితాన్ని ఆహ్లాదంగా ఏ విధంగాఎలా గడపాలనే అంశాన్ని వంద పేజీల్లో క్లుప్తంగా వ్రాసిన ఈ రచయిత్రి ప్రయత్నం అభినందనీయం.

ఒక చిన్న సంఘటన మనిషి జీవితాన్ని మార్చటాన్ని ‘బటర్–ఫ్లై ఎఫెక్ట్’ అంటారు. ఈ సీతాకోక చిలుక పుస్తకం ***ఈ రచయిత్రిని తెలుగు సాహిత్యంలో ఉన్నత శిఖరాలకు చేరుస్తుందని ఆశిస్తున్నాను.***

- యండమూరి వీరేంద్రనాథ్

* * *

కృతజ్ఞతలు

జీవితంలో ఈ రోజు వరకు నేను చూసిన వ్యక్తులకు, ఎదురైన పరిస్థితులకు హృదయపూర్వకంగా కృతజ్ఞురాలినై ఉంటాను. ఈరోజు నేను ఈ విధంగా ఉండటానికి నేను కలిసిన ప్రతి ఒక్కరి పరిచయం, ప్రతి ఒక్క సంఘటన - ప్రత్యక్షంగానో, పరోక్షంగానో కారణమయ్యాయి. మీలో ప్రతి ఒక్కరి ప్రభావం నా మీద ఉన్నదని చెప్పడంలో ఎలాంటి సందేహం లేదు. అదేవిధంగా నా ప్రభావం కూడా ఎంతో కొంత మీ అందరిమీద తప్పక ఉండి ఉంటుందని ఆశిస్తున్నా.

నా తల్లిదండ్రులు, చెల్లెళ్ళు నాకు ఎప్పుడూ అండగా మాత్రమే కాదు, మంచి విమర్శకులుగా కూడా ఉంటారు. అమ్మానాన్నా - అన్ని విషయాల్లో నన్ను నన్నుగా ఉండనిచ్చినందుకు మీకు ధన్యవాదాలు. ఎప్పుడూ నా వెన్నంటే ఉన్నందుకు, బిందు, సుష్మా మీకు నా ధన్యవాదాలు. మీరు చెప్పినట్లుగానే కొంచెం

పెద్దదానిలాగే ఉంటానని మాటిస్తున్నా. వరుణ్, సంతోష్ - కుటుంబానికి ఒక పరిపూర్ణతను తీసుకొచ్చినందుకు ధన్యవాదాలు.

రిషీ, నన్ను నీకు అమ్మగా ఎంచుకున్నందుకు, అన్నివేళలా 'అమ్మ వెంట నేనుంటాను' అన్న ఆలోచనతో ఉన్నందుకు నీకు నా ధన్యవాదాలు. నాతోనే ఉంటూ నేను నిలదొక్కుకోవడానికి కారణమైన నీకు, ఎలాంటి పరిస్థితుల్లోనైనా వెన్నంటే ఉంటాను. నితి, శ్రీహాస్, శ్రీత మీకు నా ముద్దులు.

నా జీవిత ప్రయాణంలో ఒక భాగమైన పట్టాభి అంకుల్, మధు ఆంటీ, క్రాంతి, కావ్య మీరంతా చాలాకాలం నుండి కుటుంబ సభ్యుల్లాగానే నాతో ఉన్నారు.

స్నేహితులే నాకు అన్నివేళలా, అన్ని విషయాల్లో అండగా ఉన్నారు. చేతనా, నువ్వు నా సోల్ సిస్టర్‌వి. స్వాతీ, నువ్వు నాకెన్నో సూక్ష్మమైన విషయాలను చెప్పావు. విజయా, నువ్వు నా ధైర్యానికి మూలస్తంభానివి. లక్ష్మీ, ఈ కథను మొదటగా విని, పూర్తిచెయ్యమని పట్టుపట్టావు, పట్టుదలతో నేను ఈ పుస్తకం పూర్తిచేసేలా చేశావు. పి.టి., నువ్వు చాలాకాలం నుండి నాకు సన్నిహితురాలివి. హేమా, నా మొదటి స్నేహితురాలి స్థానం మాత్రం ఎప్పటికీ నీదే. స్వర్ణ, సంధ్య, దీప్తి, శ్రీని, సుజని - మీరెప్పుడూ నాతోనే ఉంటారు.

కాళీ సుధీర్, ఉష - మీరు నా కుటుంబంలాగే నాతోనే ఉంటారు. నాకు తోడుగా ఉన్నందుకు మీకు నా ధన్యవాదాలు.

తేజు, అనిల్ - రెక్కలై నన్ను ఎగరనిచ్చినందుకు మీకు ధన్యవాదాలు. ఈ క్షణాన్ని ప్రేమించడం నేర్పిన వంశీ, నీకు ధన్యవాదాలు. ధరణీ, నా ఆలోచనలకు రూపం ఇచ్చినందుకు, బిందూ, ఎప్పుడూ కొత్త ప్రదేశాలు తిరిగి కొత్త విషయాలు నేర్చుకునే ఆలోచన కలిగించినందుకు - మీకు ధన్యవాదాలు. సంజీవ్ - నా ఆలోచనల్ని భరిస్తూ, అర్థం చేసుకొని, స్పందిస్తున్నందుకు ధన్యవాదాలు.

అరూప్, నీలా నువ్వుంటూ, మనలా మనం ఉండటం ఎంత బాగుంటుందో నేర్పిస్తున్నందుకు నీకు ధన్యవాదాలు. షర్మిలా మేడమ్, సరైన మార్గంలో విజయాన్ని అందుకోవటాన్ని నేర్పినందుకు మీకు నా ధన్యవాదాలు. శ్యామిలీ, మౌనం అన్నింటికన్నా ఎంత శక్తివంతంగా పనిచేస్తుందో తెలియజేసినందుకు మీకు ధన్యవాదాలు. ప్రతిమాసిన్హా, ఎప్పుడూ ఇంత ఉత్సాహంగా ఎలా ఉంటారో. నేటి యువతరానికి ఆదర్శంగా నిలుస్తూ, నన్ను ప్రోత్సహించినందుకు ధన్యవాదాలు. నన్ను మీ మనిషిగా భావించిన డి.ఎస్.ఆర్ ఉద్యోగులందరికి నా ధన్యవాదాలు.

స్యూ, విషయజ్ఞానం, సమాచారం కన్నా అనుభవాలే మంచిగురువులని నాకు బోధించినందుకు నీకు నా ధన్యవాదాలు. రమేష్, తులసి, వలేరియా, సిద్, శాంతను, విమల్ - నాలో అంతర్గతంగా ఉన్న మరొక కొత్త కోణాన్ని ఆవిష్కరించేలా చేసినందుకు మీకు నా ధన్యవాదాలు.

జూలియా మేడమ్, ఈ పుస్తకం ఈ రోజు ఈ విధంగా ఉండటానికి కారణమైన మీకు నా ధన్యవాదాలు. విజయలక్ష్మి మేడమ్, ఈ కథకు తెలుగులో ప్రాణం పోసినందుకు నా ధన్యవాదాలు.

ఈ పుస్తకంలోని కథలకు చిత్రరూపాన్నిచ్చిన అనురాగ్‌కు నా ధన్యవాదాలు. అశోక్, జె, మనోజ్ - అన్ని పనులూ సరిగ్గా జరిగేలా చూసినందుకు మీకు నా ధన్యవాదాలు. నా మొట్టమొదటి రచనను పుస్తకరూపంలో తీసుకురావటానికి ఎంతో సహనంతో వ్యవహరించిన నోషన్ పబ్లికేషన్స్ విశాల్, జుహిలకు నా ధన్యవాదాలు. పుస్తకం ఇంత అందంగా రావడానికి బుక్ మేకింగ్‌లో సహకరించిన వెంకట్, మహీలకు నా ధన్యవాదాలు.

మీరే నేను రెక్కలు విప్పుకొని ఎగిరేలా చేసిన నా శక్తి.

* * *

నాంది

జీవితం అనేది ఒక ప్రక్రియ. లక్ష్యాన్ని మించినది అది. కేవలం మన గమ్యాన్ని చేరుకోవడం మాత్రమే కాదు, దాన్ని చేరుకునే క్రమంలో మనం ఎదుర్కొన్న అనుభవాల, పొందిన ఆనందాల సమాహారం. లక్ష్యసాధనలో మనం సాధించిన విజయాలను నిర్ధారించే ఒక విధానం.

ఒక ఆటగాడు ఒలెంపిక్ క్రీడల్లో బంగారు పతకాన్ని క్షణాలలో సాధించగలడు. కానీ దాని కొరకు అహోరాత్రులు అతడు చేసిన శ్రమ, సాధించాలన్న అకుంఠిత దీక్ష, అన్నింటికన్నా మించి ఆ లక్ష్యం పట్ల అతని దృష్టికోణం అనేవి ఆ విజయానికి పునాదులు. ఆ గెలుపు అన్న గొప్ప అనుభూతి, దానివల్ల వాళ్లలో కలిగే ఆనందపు మెరుపులు అంతవరకు వారు పడిన ప్రయాసను, వారు చేసిన త్యాగాలను,

ఎదుర్కొన్న భయాలను, సందేహాలను, వైఫల్యాలను మరిచిపోయేటట్లు చేస్తుంది.

ఒక చిన్న విత్తనం మొలకెత్తాలంటే తన బలాన్నంతా ఉపయోగించి భూమిని చీల్చుకొని బయటకు వస్తుంది. వాతావరణ పరిస్థితులను తట్టుకొని ఒక బలమైన వృక్షంగా నిలదొక్కుకుంటుంది. మొక్క నుండి వృక్షంగా మారే ఈ క్రమంలో ఆ మొక్క ఎదుర్కొన్న కష్టానష్టాలు, పొందిన అనుభవాలు, నేర్చుకున్న పాఠాలు అనేవి దాని ఎదుగుదలలోని అందాన్ని నిర్ధారిస్తాయి. అదే పరివర్తన.

అటువంటి ఒక పరివర్తనే ఈ కథలోని నవ్య పాత్ర ద్వారా వివరించబడింది.

నవ్య ఒక గొంగళిపురుగు. దట్టమైన నల్లటి వెంట్రుకలు కలిగిన శరీరంతో అందవికారంగా ఉండే ఒక తిండిబోతు. చుట్టుపక్కల ఆడుకునే పిల్లలు దాన్ని చూసి భయపడిపోయేవారు. తన పని తాను చూసుకుంటున్నా కూడా దాన్ని దూరంగా నెట్టేసేవాళ్ళు.

తను ఎప్పుడెప్పుడు అందమైన సీతాకోకచిలుకలాగా మారి, ఎంతో ఎత్తుకు ఎగిరిపోయి అద్భుతమైన ప్రదేశాలను చూడగలనా అని తహతహలాడిపోయేది. అందమైన సీతాకోకచిలుకలుగా మారి ఆనందంగా ఉన్న తన కుటుంబసభ్యులను కూడా ఆమె చూసింది.

వాటిలో కొన్ని సీతాకోకచిలుకలు, నవ్యకు సీతాకోకచిలుకగా మారాలంటే 'నువ్వు ప్యూపా దశలో ఉన్నప్పుడు చాలా జాగ్రత్తగా వుండాలి. అటు ఇటు కదలకూడదు' అని ఎన్నో జాగ్రత్తలు చెప్పేవారు. అజాగ్రత్తగా ఉండటం వల్ల నష్టపోయిన తమ స్నేహితులు కొంతమందిని గురించి ఆమెకి చెప్పేవారు.

అవన్నీ విని నవ్య తన ఆలోచనలను ఒక క్రమంలో పెట్టుకుంటూ, అందమైన సీతాకోకచిలుకలా మారటానికి చక్కని ప్రణాళికను తయారు

చేసుకొన్నది. కానీ ఒకే ప్రదేశంలో కదలిక లేకుండా వుండటం అనేది ఆమె ఊహించుకోలేకపోయింది. అది తన వల్ల కాని పని అని ఆమె భావించింది. అందుకని ఆ సమయంలో అందరికన్నా ఎత్తులో వుండే ఒక సురక్షితమైన ప్రదేశాన్ని వెతుక్కున్నది.

అందుకోసం చుట్టుపక్కలవున్న చెట్లలో మంచి చెట్టుకోసం అన్వేషించటం మొదలుపెట్టింది. కొంతమంది స్నేహితులు తాము విశ్రాంతిగా గడిపిన రకరకాల చెట్లను గురించి చెప్పారు. మరికొన్ని చెట్లు ఆమెను తమ దగ్గర వుండమని ఆహ్వానించాయి. కానీ ఇవేవీ నవ్యకి నచ్చలేదు.

ఒకరోజు ఆమె కొద్దిదూరంలో వున్న మర్రిచెట్టు గురించి గొప్పగా మాట్లాడుకుంటున్న ఇద్దరు వ్యక్తుల సంభాషణను విన్నది. ఆ చెట్టుకు వారు తమ కృతజ్ఞతలు చెప్పుకుంటూ మాట్లాడుకుంటున్నారు. ఆ చెట్టు ఎంతో పురాతనమైనదని, ఎంతోమందికి చల్లటి నీడను ఇస్తుందని, ఆ నీడలో పిల్లలుగా వున్నప్పుడు తాము కూడా ఆడుకున్నామని అంటూ ఎన్నో సంగతులను చెప్పుకుంటూ వున్నారు.

ఆ మాటలు విన్న నవ్య తాను అందమైన సీతాకోకచిలుకలా మారేవరకు ఆ చెట్టుమీదనే వుండాలని నిర్ణయించుకుంది. ఆ చెట్టు వుండే ప్రదేశాన్ని వెతుక్కుంటూ బయలుదేరింది.

* * *

C O N T E N T S

ఒక కొత్త ప్రారంభం

ఉదయం. సూర్య కిరణాలు నెమ్మదిగా భూమ్మీద పరుచుకుంటున్నాయి. శీతాకాలం ఇంకా పూర్తిగా పోకపోవడంతో లేలేత మంచు బిందువులు అక్కడున్న పెద్ద మర్రిచెట్టు ఆకులపై పడి, సూర్యుని వెలుతురులో మిలమిలా మెరిసిపోతున్నాయి. భూమిలోకి పాతుకుపోయిన ఊడలతో ఆ మర్రిచెట్టు బలిష్టంగా ఉంది.

చెట్టుకింద రాలిపడ్డ ఎండుటాకుల సందుల్లోంచి మఱ్ఱిచెట్టు వేళ్ళు స్పష్టంగా కనిపిస్తున్నాయి. చల్లటి గాలికి చెట్టుకింద పేరుకున్న ఆకులు ఎగిరిపడుతున్నాయి.

అంతలో నల్లటి వెంట్రుకలతో ఉన్న గొంగళి పురుగు (నవ్య) ఒకటి, చల్లగాలికి తనమీద ఎగిరిపడుతున్న ఆకులను తప్పించుకుంటూ, మెల్లగా చుట్టుపక్కలంతా గమనిస్తూ వస్తోంది.

కొద్దిసేపటికి నవ్యకు అలసటగా అనిపించింది. తనకు కొద్దిదూరంలో ఉన్న ఆకుల మీద మిలమిల్లాడుతున్న మంచుబిందువులతో దాహం తీర్చుకుందామని అటువైపుగా సాగింది. ఆ కొద్దిదూరం వెళ్ళటానికి కూడా తన శక్తినంతా కూడగట్టుకోవాల్సి వచ్చింది నవ్యకు.

అక్కడికి చేరుకున్నాక, ఒక్కసారి తల పైకెత్తి చూసిన నవ్యకు, ఎంతో ఎత్తుగా పెరిగి, ఊడలతో విస్తరించి ఒక జ్ఞానిలాగా నిలబడివున్న మఱ్ఱిచెట్టు కనిపించింది. సంతోషంతో నవ్య కళ్ళు తళుక్కున మెరిసాయి. ఎన్నాళ్లనుంచో వెతుకుతున్న పెన్నిధి దొరికినట్లుగా సంబరపడిపోయింది. తన జీవితాన్ని ఆనందంగా గడపడానికి ఇదే గొప్ప అనువైన చోటు అనుకుని, ఆ మఱ్ఱిచెట్టుని ఆరాధనగా, ఆశ్చర్యంగా చూస్తూ నిలబడింది.

పక్కనే ఉన్న చెట్లు కూడా దానివైపు కుతూహలంగా, ఆహ్వానపూర్వకంగా చూసినా వాటివైపు కన్నెత్తయినా చూడలేదు నవ్య. అయితే కాసేపటికి ఎందుకో ఆలోచనలో పడింది. ఒక కొత్త జీవితాన్ని మొదలుపెట్టడానికి ఎంచుకున్న ఈ ఆశ్రయం మంచిదా, కాదా? – ఇలా ఆలోచిస్తోంది.

'నేను అనుకున్నది సాధించిన తరువాత, ఈ చెట్టే నా గురించి గొప్పగా చెప్పుకోవాలి' అని అనుకుంది. ఈ చెట్టు గొప్పదనం గురించి అప్పటికే ఎంతోమంది నోటివెంట విన్నది నవ్య. ఇంతకుముందు కొన్ని పెద్ద చెట్లను చూసినా ఆమెకు నచ్చలేదు. అందుకే ఈ చెట్టును వెతుక్కుంటూ వచ్చి చేరుకుంది.

అంత పెద్ద చెట్టును చూడగానే నవ్య అలసటంతా ఎగిరిపోయింది. నరనరాన ఏదో కొత్త శక్తి నిండినట్లు అనిపించింది. రెట్టించిన ఉత్సాహంతో చెట్టు కాండాన్ని సమీపించి, మెల్లగా ఎక్కుతూ కొమ్మల వరకు చేరుకుంది.

తన పనిలో తలమునకలై వున్న నవ్యకు - "ఎవరు నువ్వు? ఇక్కడికి ఎందుకు వస్తున్నావు?" అన్న గంభీరమైన మాటలు వినిపించాయి.

ఒక్కసారిగా ఆగిపోయి చుట్టుపక్కలంతా చూసింది నవ్య. అక్కడ ఎవ్వరూ కనిపించలేదు. తిరిగి పైకెక్కడం మొదలెట్టింది.

"ఎవరు నువ్వు? ఇక్కడికి ఎందుకు వస్తున్నావు?" - అవే మాటలు, ఇంతకుముందుకన్నా ఇప్పుడు గట్టిగా వినిపించాయి. ఆ గంభీరమైన గొంతుకు బెదిరిపోయి, అక్కడే ఆగిపోయింది నవ్య. వణుకుతున్న గొంతుతో - "ఎవరు నువ్వు? ఎక్కడ్నుంచి మాట్లాడుతున్నావు?" అన్నది చుట్టూ చూస్తూ.

"నా పేరు ఝురి. నా మీదికి ఎక్కడమే కాకుండా, నన్నే ఎవరని అడుగుతున్నావే? గడుసుదానివే?" అన్నది ఆ మర్రిచెట్టు.

నవ్యకు భయంతో నోరెండిపోయింది. తడబడుతున్న గొంతుతో - "క్షమించండి! మీరు చాలా పెద్దవాళ్లని ఇక్కడివారందరూ చెప్పారు.

మీ గొంతు పీలగా ఉంటుందేమో అనుకున్నా. మీకు ఇంత గంభీరమైన గొంతు ఉంటుందని నేను అనుకోలేదు" అన్నది భయంభయంగా.

"ఓహో! అయితే ఈ ముసలివగ్గుకు భయపడేదేముందిలే అని, నన్ను అడక్కుండా దర్జాగా నా ఇంట్లో జొరబడదామనుకున్నావా?" అంటూ కళ్లెర్రజేసింది ఝురి, లోలోపల నవ్వుకుంటూ.

"అయ్యయ్యో! లేదండీ. నేను అలా అనుకోలేదు. నేను విశ్రాంతి తీసుకోవడానికి తగిన చోటు వెతుక్కుంటున్నా. నాకు విశాలమైన చోటుకావాలి. అందుకని మీ దగ్గరికి వచ్చా" అన్నది కంగారుపడుతూ.

విశ్రాంతా? అంటూ ఆశ్చర్యపోయింది ఝురి.

"అవును. నేను గూడు కట్టుకొని కొన్ని రోజులపాటు ఎక్కడికీ పోకుండా ఉండాలి" అన్నది నవ్య.

"ఓహో! అయితే నువ్వు నిద్రాణస్థితిలోకి వెళ్లబోతున్నావా?" అనడిగింది ఝురి.

"నేను స్వేచ్ఛగా తిరిగేలా పెద్ద గూడు అల్లుకుంటాను. ఒకేచోట ఉండాలంటే నా వల్ల కాదు. కానీ ఎప్పుడూ ఒకేచోట పాతుకుపోయి ఉండేవాళ్లు కూడా కొంతమంది ఉంటారు. కదలకుండా మెదలకుండా ఎలా ఉంటారో ఏమో?" అంది నవ్య, కళ్ళు చక్రాల్లా తిప్పుతూ.

'హూ!' అని గర్జించింది ఝురి.

వెంటనే నాలుక కరుచుకుంది నవ్య. "అయ్యో! నేనన్నది మిమ్మల్ని కాదు" అని తడబడుతూనే, "అయినా మీరు ఏళ్ల తరబడి ఇక్కడే పాతుకుపోయి ఉండాలి కదా! నిజంగా బాధాకరమైన విషయమే. పాపం మీరెలా ఓర్చుకుంటున్నారో" అని ఝురిని జాలిగా చూస్తూ అడిగింది.

"బాధా? ఇక్కడే ఉండటం వల్ల నేను బాధపడుతున్నానని ఎవరు చెప్పారు? అయినా ఇందులో అంత బాధపడాల్సిన విషయం ఏముంది?" అన్నది ఝురి గంభీరంగా.

"ఏమో, నేననుకున్నా. చుట్టూ ఎంతో అందమైన ప్రపంచం ఉంది. అదంతా ఎప్పుడెప్పుడు చుట్టివద్దామా అని నాకు ఆత్రుతగా వుంది. ఇప్పటికే సగం జీవితం అయిపోయింది. ఇప్పుడేమో ఇంకా కొంతకాలం కదలకుండా, మెదలకుండా ఉండాలంట. నాకైతే ఎప్పుడెప్పుడు బయటి ప్రపంచంలోకి వెళ్దామా అనే ఉంది. నాకేమో ఇంకా సగం జీవితమే మిగిలుంది" అన్నది నవ్య, బాధగా నిట్టూరుస్తూ.

"అప్పటిదాకా ఎందుకు? అసలు రేపటిదాకా నువ్వు బ్రతికే ఉంటావన్న నమ్మకం ఏంటి? నీకెవరు చెప్పారు?" అన్నది ఝురి.

"ఒకళ్లు చెప్పేదేంటి? అయినా ఇలాంటివి ఒకరు చెప్పనవసరం లేదు. పెద్దవాళ్ళు, ఎన్నో వందల ఏళ్లుగా బ్రతుకుతున్నవారు మీరు ఇలాంటి ప్రశ్నలు అడుగుతారేంటి?" అన్నది నవ్య అసహనంగా.

"రేపు కచ్చితంగా బ్రతికేవుంటానని నేనైతే ఎప్పుడూ ఎవరికీ చెప్పలేదు" అన్నది ఝురి నిర్వేదంగా.

ఆ మాటలకి నవ్యకి కూడా కొంచెం భయంవేసింది. చిరాకు కలిగింది.

"చూడు ఝురీ! నేను నీతో వాదించడానికి ఇక్కడికి రాలేదు. కొంతకాలం నీ దగ్గర ఉండాలని వచ్చా. ఇక్కడ ఉన్నంతకాలం నేను స్వేచ్ఛగా తిరిగే వీలు కల్పించు. 'నువ్వు చిన్నపిల్లవు, ఈ దశలో ఎక్కడికీ వెళ్లకూడదు, ఉన్నచోటే ఉండాలి, ఈ జాగ్రత్తలు పాటించకపోతే నీ ప్రాణాలకే ప్రమాదం' ఇలా అంటున్నారందరు. కానీ నాకది

నచ్చలేదు. వాళ్లంతా పిరికివాళ్లు. కొంచెం అటూ ఇటూ తిరిగినంత మాత్రాన ఏమీ అవ్వదు. విశ్రాంతి పేరుతో మరీ అంత సోమరిపోతులా తయారవ్వాల్సిన పనిలేదని వాళ్ళకు తెలియజెయ్యాలనుకుంటున్నా" అన్నది నవ్య, తన ఆలోచనను వివరిస్తూ.

ఆ మాటలు విని పెద్దగా నవ్వింది ఝరీ. వెటకారంగా ఉన్న ఆ నవ్వు నవ్యకు చిరాకు తెప్పించింది.

"నువ్వు ఇంత తెలివితక్కువ ఆలోచనలు చేస్తున్నావేంటి? సుప్తావస్థలోకి వెళ్ళే ఏ కీటకమైనా కదలకుండా ఉండాల్సిందే. అది మరిచిపోయి 'నేను అది చేస్తా, ఇది చేస్తా, ప్రపంచానికి నిరూపిస్తా' అంటూ లోకవిరుద్ధమైన ఆలోచనలు చెయ్యకు" అన్నది ఝరి, నవ్య మాటల్ని తిప్పికొడుతూ.

ఝరి వెటకారానికి బాధపడిన నవ్య – "ఇంతకీ ఏంటి నీ ఉద్దేశం?" అన్నది అసహనంగా.

"వట్టి గొడ్డుకు అరుపులెక్కువ అన్నట్టు నీకేం కావాలో, నువ్వేం చెయ్యాలో కూడా నీకు తెలియదు. విశ్రాంతి దశలో కదలకుండా ఉండాలని కూడా తెలియని నువ్వు, లోకానికి అది చూపిస్తా, ఇది నిరూపిస్తా అంటూ డంబాలు పలుకుతున్నావు" అన్నది ఇంకా నవ్వుతూనే.

"నేను లోకం తిరిగి చూడకపోతే నాకేం కావాలో ఎలా తెలుస్తుంది?" అన్నది నవ్య కోపంగా.

ఒక్కసారి నవ్యకేసి తేరిపార చూసింది ఝరి. నవ్యది మొండితనమో లేక అమాయకత్వమో అర్థం కాలేదు. పట్టిన పట్టు వదిలే రకం కాదని, అనుకున్నది సాధించేవరకు ఊరుకోదని

గ్రహించింది. పాపం ఏమీ తెలియకపోయినా, అన్నీ తెలుసని అనుకుంటుంది. అందుకే తనని అలా వదిలేయడం ఇష్టంలేక నవ్యకు ఆశ్రయమివ్వాలనుకుంది ఝరి.

"సరే అయితే, నువ్వు ఎవరన్నా కానీ, నా అనుమతి లేనిదే నువ్విక్కడ ఉండలేవు" అన్నది దర్పంగా.

"చెప్పానుగా, నేను నవ్యని. దయచేసి నన్ను కొంతకాలం ఇక్కడ ఉండనివ్వు" అంది వేడుకోలుగా చూస్తూ.

"బదులుగా మరి నాకేమిస్తావు?" అన్నది ఝరి.

వెంటనే నవ్య - "నేను పెద్దయిన తరువాత ఈ లోకం చుట్టివచ్చి ఆ విషయాలన్నీ నీకు చెప్తా" అన్నది సంబరంగా.

"ఏం అవసరం లేదు. లోకం గురించి నాకు తెలుసు. ఇప్పుడు నువ్వు కొత్తగా వచ్చి చెప్పేది ఏం లేదు" అన్నది పెడసరంగా.

ఈ సారి వెటకారంగా నవ్వడం నవ్య వంతయ్యింది. "ఏంటి? నీకు లోకం గురించి అంతా తెలుసా? అసలు పుట్టినప్పట్నుంచి ఇంతవరకు ఉన్నచోటునుంచి ఒక్క అంగుళమన్నా కదిలావా నువ్వు? సరేలే, నీ మాట నేనెందుకు కాదనాలి. నువ్వే చెప్పు నీకేం కావాలో" అన్నది నవ్వును ఆపుకోవడానికి ప్రయత్నిస్తూ.

అప్పుడు ఝరి - "చూడూ, నువ్విక్కడ ఉండాలంటే నేను చెప్పింది వినాలి. తుచ తప్పకుండా పాటించాలి. నీకు తెలిసిన విషయాలు, నీ ఆలోచనలు అన్నింటినీ నాతో పంచుకోవాలి. ముందు నన్ను నువ్వు పూర్తిగా నమ్మాలి" అన్నది.

ఒక్క క్షణం ఆలోచించింది నవ్య. "సరే అలాగే" అన్నది.

"అయితే ముందు నువ్వు నీ గూటిని అల్లుకో. అందులోంచి

ఒక్క క్షణం కూడా బయటకు రాకుండా లోపలే ఉండాలి” అన్నది అధికారపూర్వకంగా.

“ఏంటి? కదలకుండా గూట్లో ఉండాలా? నేను ఉండను. ఇప్పటికే ఎంతోమంది ఈ మాట చెప్పారు. నేను వినలేదని కూడా చెప్పాను ఇంతకుముందే. ఇప్పుడు మళ్ళీ నువ్వు కూడా అదే చెప్తే ఎలా వింటాననుకున్నావు?” అన్నది నవ్య పొగరుగా.

అప్పుడు ఝురి – “చూడూ, నేను చెప్పేది జాగ్రత్తగా విను. నువ్వు ఎగరాలంటే ముందు పూర్తిగా ఎదగాలి. అన్ని విషయాలను తెలుసుకొని భూమ్మీద స్థిరంగా నిలబడాలి. అప్పుడే నువ్వు అనుకున్నవి సాధించగలవు” అన్నది నచ్చజెప్తున్నట్లుగా.

“ఏం కాదు! అయినా నేనేమీ నీలాగా చెట్టునా ఏంటి, లోతుగా పాతుకుపోవడానికి” అన్నది పెంకిగా.

నవ్య వైపు చూసి ప్రేమగా నవ్వుతూ, “సరే! ఏదైనా జంతువు గురించి గాని, చెట్టును గురించి, కీటకం గురించి గాని నీకు ఏమేం తెలుసో చెప్పు” అన్నది ఝురి.

“నేను చూసిన అందరి గురించి నాకు తెలుసు” అన్నది నవ్య కొంచెం లోగొంతుకతో.

“నేను చెప్పనా? నువ్వు చూసిన వాటన్నిటి పేర్లు మాత్రమే తెలుసు నీకు. పోనీ నీ గురించి అన్ని విషయాలు వారికి తెలుసా చెప్పు?” అనడిగింది ఝురి.

నవ్య తలదించుకొని - “నువ్వు చెప్పింది నిజమే. నాకు కనీసం వాళ్ల పేర్లన్నా తెలుసు. కానీ వాళ్లకి కనీసం నేనెవరో కూడా తెలియదు” అన్నది.

"నీ గురించి తెలుసుకునే అవకాశం వారికిచ్చావా?" అని అడిగింది ఝురి. "నీ చుట్టూ ఉన్నవాళ్లను గమనించు. వాళ్లతో సమయం గడపాలి. నిమిషానికి ఒకసారి నీ ఆలోచనల్ని మార్చుకుంటూ పోతే నువ్వు ఏ విషయాన్నీ పూర్తిగా తెలుసుకోలేవు" అన్నది మరింత వివరిస్తూ.

నవ్య ఆలోచనలో పడింది.

"నువ్వు నీ శక్తిని పోగుచేసుకొని ఎదిగేవరకూ నీ గూటిలోనే ఉండాలి. అప్పుడే నువ్వు పరిపూర్ణమైన, అందమైన సీతాకోకచిలుకవి అవుతావు" అన్నది.

"కానీ నేను లోకాన్ని చూడాలి" అన్నది నవ్య బిగ్గరగా అరుస్తూ.

"ముందు నువ్వు స్థిరంగా ఉండు. చక్కగా ఎదుగు. లోకమే నీ ముందుకు వస్తుంది" అన్నది ఝురి దీర్ఘంగా నిట్టూర్చుతూ.

ఇంక చేయగలిగిందేమీ లేదని గ్రహించిన నవ్య, ఝురి షరతులకు ఒప్పుకున్నట్లుగా తన గూడును అల్లుకోవడం మొదలుపెట్టింది మౌనంగా.

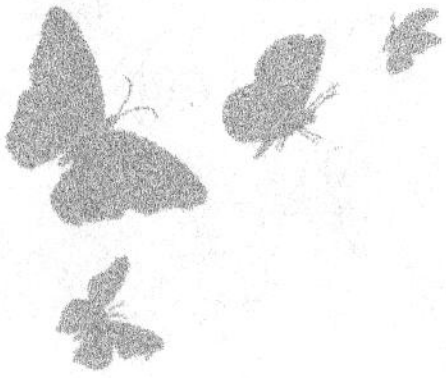

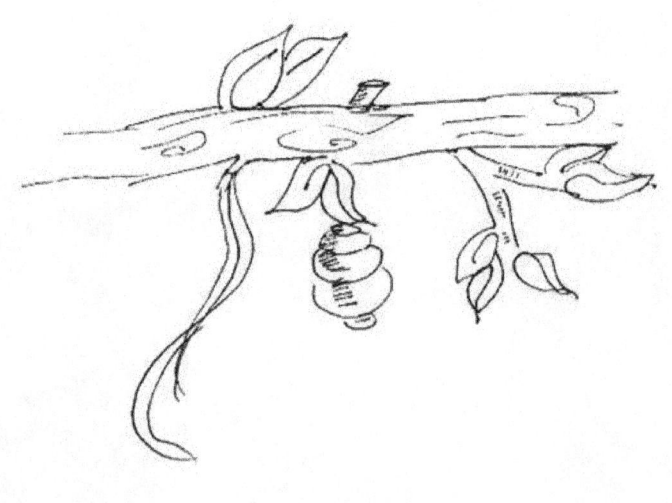

నేనంటే నేనే – నా మాటంటే మాటే

ఝ రి కోసం ఎంతో దూరం నుంచి రావడమూ, ఆ తర్వాత గూడు కట్టుకునే పనిలో పడిపోవడమూ నవ్యకు విపరీతమైన అలసటను తీసుకొచ్చింది. అల్పప్రాణి ఇంక ఆ అలసటను మరచిపోయి, ఇంకేమీ ఆలోచించకుండా తను అల్లుకున్న గూడులోనే ఆదమరిచి నిద్రపోయింది. 'నవ్యా!' అని ఝరి రెండుమూడుసార్లు పెద్దగా పేరు పెట్టి పిలిచినా వినిపించుకోకుండా పడుకుంది.

'ఇలా జరుగుతుందని నాకు ముందే తెలుసు. నిన్నంతా అది చేస్తా, ఇది చేస్తా అని పెద్ద పెద్ద మాటలు మాట్లాడింది, ఇవ్వాళేమో తల్లి కడుపులో బిడ్డలాగా హాయిగా ముడుచుకొని పడుకుంది' అని తనలో తానే గొణుక్కుంది ఝరి.

వసంతకాలపు ప్రకృతి ఎంతో ఆహ్లాదకరంగా ఉంది. వీచే గాలి, పూల పరిమళాలని మోసుకొని వస్తోంది. పక్షుల కిలకిలారావాలు, ఆనందంగా ఆడుకుంటున్న పిల్లల కేరింతలతో ఆ ప్రాంతమంతా జీవం తొణికిసలాడుతున్నట్లుగా ఉంది. ఉన్నట్లుండి నవ్య గూటిలో చిన్న కదలికను గమనించింది ఝరి. "ఎలా ఉంది నీ కొత్త ఇల్లు?" అని అడిగింది.

"ఏం చెప్పనులే నా పరిస్థితి. ఈ చీకట్లోనే ఒక జీవితకాలం గడిపినట్లుగా ఉంది. ఎటుచూసినా చీకటే, కన్నుపొడుచుకున్నా ఏమీ కనిపించడం లేదు. అవునూ, నేనిక్కడ ఎంతసేపు గడిపాను?" అనడిగింది నవ్య ఝరితో.

"ఒకరోజు గడిచింది. రోజంతా నువ్వు నిద్రపోతూనే ఉన్నావు తెలుసా?" అన్నది ఝరి.

"నిద్రపోయానా? నాకైతే చచ్చిపోయానేమో అనిపించింది" అన్నది నవ్య పెద్దగా అరుస్తున్నట్లు.

"ఎందుకని ప్రతి చిన్న విషయానికీ అంత రాద్ధాంతం చేస్తావు నువ్వు? ఎంతో కష్టపడి ఇంత దూరం వచ్చావు. బాగా అలసిపోయావు కాబట్టి కదలకుండా నిద్రపోతే తప్పేముంది? అది తరువాతి నీ ప్రయాణానికి కూడా ఎంతో మంచిదని తెలుసుకోవేం?" అన్నది ఝరి మందలిస్తున్నట్లుగా.

"నాకు ఇలా ఉండటం చాలా విసుగ్గా ఉంది ఝురీ! ఇక్కడ్నుంచి ఎప్పుడెప్పుడు బయటపడదామా అనిపిస్తోంది" అంటూ మాట్లాడబోయింది నవ్య.

"ష్..! ఆగు" అని అడ్డుకుంది ఝురి. "చూడు నవ్యా! ఒక్కసారి మాటలు ఆపి కళ్లు మూసుకో" అన్నది.

"ఏంటి? కళ్లు మూసుకోవాలా? ఎందుకు? అయినా నేనున్నది చిమ్మచీకట్లోనే కదా. ఇక్కడ కళ్లు తెరిచినా, మూసినా ఒకటే. కళ్ళు చించుకొని చూసినా నాకు ఏమీ కనిపించదులే!" అన్నది నవ్య విసుక్కుంటూ.

"నవ్యా! నేను ఏం చెప్పినా వింటానని మాటిచ్చావు గుర్తుందా?" అన్నది ఝురి.

"సరే.. సరే.. కళ్లు మూసుకుంటున్నానులే" అంది ఇచ్చిన మాటకు కట్టుబడుతున్నట్లుగా.

"కళ్లు మూసుకున్నావుగా! ఇప్పుడు గట్టిగా శ్వాస తీసుకో" అన్నది మృదుగంభీరమైన స్వరంతో.

ఝురి చెప్పినట్లే చేసిన నవ్య - వీస్తున్న గాలి, పక్షుల కువకువలు తప్ప ఇంకేమీ వినిపించని ఆ నిశ్శబ్దంలో ఒకరకమైన ప్రశాంతతను గమనించగలిగింది. ఆ ప్రశాంతత తనకు ఒకరకమైన హాయిని కలిగించటం ఆమెకు చిత్రంగా తోచింది. తనలోని అసహనాన్ని, విసుగును ఆ చల్లటిగాలి తన స్పర్శతో తీసేస్తున్నదా అనిపించింది. నెమ్మదిగా తన మనసు స్థిమితపడటాన్ని నవ్య గ్రహించగలిగింది.

"నవ్యా! ఏమైంది? బతికేవున్నావా?" అడిగింది ఝురి కంగారుగా.

"లక్షణంగా ఉన్నా. ఇంకా చెప్పాలంటే ఇంతకుముందు కన్నా

చాలా బాగున్నా. రెక్కలు కట్టుకొని గాల్లో ఎగురుతున్నట్లుగా ఉంది నాకు. ఈ స్వచ్ఛమైన గాలిలోని పూల పరిమళాన్ని ఆస్వాదిస్తున్నా. నీ నీడలో ఆడుకుంటున్న పిల్లల కేరింతలను వినగలుగుతున్నా" అంటూ చెప్పుకుపోతోంది, దీన్నంతా ఒక కలలో చూస్తున్నట్లుగా.

ఝరి నవ్వింది. నవ్య మనసును గ్రహించగలిగింది. ఆమె తన కలల ప్రపంచంలోనుండి వాస్తవ ప్రపంచంలోకి వస్తున్నట్లు తెలుసుకుంది.

"ఇప్పుడేమైనా అర్థమైందా, నేను ఈ లోకాన్ని ఉన్న చోటునుండే ఎలా చూడగలుగుతున్నానో? నువ్వు చూడాలనుకున్న లోకం నీ దగ్గరే వుందని గమనించావా?" అన్నది ఝరి.

ఉలిక్కిపడి కళ్లు తెరిచింది నవ్య. చుట్టూవున్న చీకటి ఎలాంటి భయాన్నీ కలిగించకపోవటం ఆశ్చర్యంగా అనిపించింది. తన ఇంట్లో తాను ఉండటంలోని స్వేచ్ఛ, ఆనందం నెమ్మది నెమ్మదిగా అనుభవంలోకి రాసాగింది.

"నవ్యా! నీకు అటూ ఇటూ కదలాలని ఏమైనా అనిపిస్తోందా? చెప్పు, నేను అందుకు కావాల్సిన ఏర్పాట్లు చేస్తాను" అన్నది ఝరి, నవ్యలో వస్తున్న మార్పును గమనించినా కూడా ఏమీ ఎరగనట్లుగానే.

"వద్దు. నాకు కదలాలని లేదు. ఇలాగే ఉంటా" అన్నది నవ్య స్పష్టంగా.

"నిన్ను నువ్వు తెలుసుకున్నావు నవ్యా. నువ్వున్నచోటే, నీలోనే నీకు కావాల్సిన, నువ్వు కలలుగన్న సంతోషం దాగుందని తెలుసుకున్నావు" అన్నది ఝరి, చిన్నగా నవ్వుతూ.

"నిజమే ఝరీ. నేను కాలంతోపాటు నా ఆలోచనల్నీ పరిగెత్తిస్తూనే

ఉన్నా ఇన్నాళ్లూ. స్థిమితంగా ఉండలేకపోయా. నిజానికి నేను ఇవ్వాళ ఉన్నంత ప్రశాంతంగా, సంతోషంగా ఇంతముందెప్పుడూ లేను" అన్నది తన గతజీవితాన్ని గుర్తుచేసుకుంటూ.

"ఝురీ! నీకెలా ధన్యవాదాలు చెప్పుకోవాలి?" అన్నది నెమ్మదిగా.

చుట్టుపక్కల ఎంతో సందడిగా ఉన్నా కూడా, వారిద్దరి మధ్య ప్రశాంతమైన నిశ్శబ్దం నెలకొంది.

అంచనాలకు మించి...

సూర్యుడి నులివెచ్చని కిరణాలకు, మెల్లమెల్లగా ఆకులపైన ఉన్న మంచు బిందువులు కరుగుతున్నాయి. నవ్య అప్పుడే నిద్రలేచింది. ప్రశాంతమైన నిశ్శబ్దాన్ని ఆనందిస్తోంది. నవ్య ఆనందాన్ని పాడు చేయడం ఎందుకన్నట్లుగా ఆమెను పలకరించకుండానే ఉండిపోయింది ఝరి.

కొంతసేపటికి, 'ఝరీ' అని పిలిచింది నవ్య, గొంతు సవరించుకుంటూ. 'ఊ' అని మాత్రమే అన్నది ఝరి.

"ఇక్కడ నేను ఇంత హాయిగా ఎలా ఉండగలుగుతున్నాను? ఇదంతా ఒక పీడకలలాగా ఉంటుందనుకున్నా. కానీ ఎప్పుడూ లేనంత ప్రశాంతంగా ఉండటం ఎలా సాధ్యమైంది?" అంది ఆశ్చర్యంగా. అది విన్న ఝరి చిన్నగా నవ్వింది.

"నవ్వొద్దు! జవాబు చెప్పు" అంటూ పట్టుపట్టింది నవ్య.

"సరే, చెప్తాను. కానీ నువ్విక్కడ అనుభవించిన ఆ ప్రశాంతతని కొంచెం వివరంగా చెప్తావా?" అనడిగింది ఝరి.

తన ఆలోచనల్లోంచి బయటకు రావడానికి ప్రయత్నిస్తున్నట్లుగా, ఒక్క నిమిషం ఆగి చెప్పడం మొదలుపెట్టింది నవ్య – "ఈ ప్రదేశం నాకు పూర్తిగా కొత్త. ఇంతకుముందు నేనెప్పుడూ ఇక్కడికి రాలేదు. కానీ ఈ ప్రాంతమంతా నాకు బాగా తెలిసినట్లుగా ఉంది. ఈ గాలి, నువ్వు, నీ నీడలో ఆడుకుంటున్న ఈ పిల్లలు, నీ కొమ్మలపై ఉన్న ప్రతి ఆకు, నీ కాండంపై పాకుతున్న చిన్ని చిన్ని చీమలు, అన్నీ నాకు బాగా తెలిసినట్లుగానే ఉన్నాయి. ఇక్కడి ఆకాశం, గాలి కూడా నాకు చిరకాల బంధువుల్లాగా అనిపిస్తున్నాయి. ఇప్పుడు నాకు కదలాలని కూడా అనిపించడం లేదు. ఎప్పుడెప్పుడు ఆకాశంలోకి వెళ్దామా అన్న తొందర కూడా తగ్గినట్లుగా ఉంది. అసలు నాకేమైందో అర్థం కావడం లేదు" అన్నది సందిగ్ధంగా.

నవ్య మాటల్ని ఎంతో ఓపికగా విన్న ఝరి – "చూడు నవ్యా! ఇన్నాళ్లూ నువ్వు నీ చుట్టూ ఉన్న ప్రపంచాన్ని బయటినుంచి చూసి ఆనందించావు. ప్రతిదాన్నీ తెలుసుకోవాలని కోరుకున్నావు. కానీ

ఇప్పుడు నీ మనసుతో, నీలో ఉన్న ఆనందాన్ని తెలుసుకోగలిగావు. ప్రత్యక్షంగా చూడకపోయినా, మౌనంగా ఉంటూ, నీ చుట్టూతా ఉన్నవాళ్లు చెప్పేవి నీ మనసుతో వింటూ, నిన్ను నువ్వు వాళ్లలో చూసుకోగలిగావు" అన్నది.

"కానీ నేను ఈ చీకట్లో ఏమీ చూడలేకపోతున్నా కదా!" అన్నది నవ్య, మళ్లీ పాతపాటనే పాడుతున్నట్లుగా.

"మళ్ళీ కళ్లుమూసుకో నువ్వు" అన్నది ఝురి గంభీరంగా.

తన వాగ్దానాన్ని గుర్తు తెచ్చుకుంటూ - "సరే సరే" అని తలూపుతూ బలవంతంగా కళ్లు మూసుకుంది నవ్య.

కొన్ని నిమిషాల తర్వాత - "గట్టిగా ఊపిరి తీసుకొని, నువ్వు పెరిగిన తర్వాత ఏమేం చెయ్యాలనుకుంటున్నావో ఒక్కసారి ఊహించుకో" అన్నది ఝురి, మంద్రమైన గొంతుతో.

"నువ్వు ఎగురుతున్న దృశ్యం చూడగలుగుతున్నావా?" అన్నది ఝురి, కొంతసేపటికి.

ఒక అందమైన సీతాకోకచిలుకగా మారి, తను చుట్టిరావాలనుకున్న విశాలమైన ప్రపంచాన్ని ఊహించుకోవడం మొదలుపెట్టింది నవ్య. అవన్నీ తలచుకోవడం వల్లనో ఏమో, ఆమె పెదాలపై చిన్న నవ్వు మెరిసింది.

అదే నవ్వుతో, "ఆ! చూడగలుగుతున్నా" అంది.

"ఏం చూస్తున్నావు?" అంది ఝురి.

"నా చుట్టూవున్న రంగురంగుల పువ్వులను చూడగలుగుతున్నా.

వాటిచుట్టూ తిరుగుతున్న నా స్నేహితులెందరో నాకు కనబడుతున్నారు" అంటూ తన ఊహాలోకాన్ని వర్ణించడం మొదలుపెట్టింది నవ్య

ఝురి ఆమె ఆనందాన్ని గుర్తించి, "మొత్తం ఎన్ని పువ్వులున్నాయి అక్కడ?" అనడిగింది, నవ్యను ఇంకా ఉత్సాహపచడానికి ప్రయత్నిస్తూ.

సంతోషంతో పొంగిపోతున్నట్లుగా ఉన్న గొంతుతో – "చాలా పెద్ద తోట ఉందక్కడ" అన్నది.

"ఇంకా ఏం చూస్తున్నావు?" అన్నది ఝురి.

నవ్య నవ్వుతూ, "స్వచ్ఛమైన ప్రకృతిని చూస్తున్నా. ఇక్కడ తేనె ఎంత తియ్యగా ఉందో!" అన్నది.

"తేనెను ఇష్టపడుతున్నావా నువ్వు?" అని అడిగింది ఝురి.

"ఇష్టపడటం మాత్రమే కాదు, అది నాకు ప్రాణం" అన్నది నవ్య తన్మయంగా.

"అద్భుతం!" అన్నది ఝురి.

నవ్య పూర్తిగా తన ఊహా ప్రపంచంలో మునిగిపోయింది. ఝురి రెండు మూడుసార్లు పిలిచినా అవి ఆమెకి చేరనేలేదు. నాలుగోసారి ఝురి పిలుపుకు స్పందిస్తూ, "ఏంటి?" అన్నది విసుగ్గా. అప్పుడామెకు ఝురి పానకంలో పుడకలా అనిపించింది.

"ఇంక నీ ఊహలను కట్టిపెట్టి కళ్లు తెరువు" అన్నది ఝురి.

కళ్లు తెరిచి "ఏంటి?" అన్నది నవ్య. ఆమె వాలకం చూస్తే కళ్లు తెరవడం ఏమాత్రం ఇష్టం లేనట్లుగా ఉంది.

"ఏవీ నువ్వు చూసిన రంగురంగుల పూలు? నువ్వు చూసిన పెద్ద తోట ఏది?" అని చిన్నగా అడిగింది ఝరి.

ఎంతో ఉత్సాహంగా – "అవా! ఇదిగో, ఇక్కడే ఈ దగ్గరలో"....... అంటూ, మాట పూర్తిచేయకుండానే ఆగిపోయింది నవ్య. మళ్ళీ నిశ్శబ్దం అలుముకుంది.

"నవ్యా!" అని పిలిచింది ఝరి.

"ఝరీ! నేను చూసిన ప్రదేశం ఎక్కడుందో నాకు తెలియడం లేదు" అన్నది భయంతో కంపిస్తున్న గొంతుతో. "చెప్పు ఝరీ. నేను చూసిన ఆ తోట ఎక్కడ? నా స్నేహితులు ఏరి? వాళ్ళంతా ఏమైపోయారు?" అన్నది బాధగా.

"నవ్యా! కంగారు పడకు. వాళ్ళంతా క్షేమంగానే ఉన్నారు" అన్నది ఆమెను ఓదారుస్తున్నట్లుగా. "నువ్వు చూసిన ఆ తోట, పూలు, నీ స్నేహితులు – అన్నీ నువ్వు నీ ఊహల్లో సృష్టించుకున్నవే. నీ చుట్టూ ఎవరూ లేరు. వాటిని చూసినట్లుగా నువ్వు భావించావు. చూడటానికి కళ్లు, వినడానికి చెవులు ఉండాల్సిన అవసరం లేదు నవ్యా. నీకు కావాల్సినవి నువ్వు సృష్టించుకోవచ్చు. నువ్వు కావాలి, సాధించాలి అనుకున్నవాటిని సాధించవచ్చు. ప్రపంచమంతా నీ చేతుల్లో, ఒక్కమాటలో చెప్పాలంటే నీలోనే ఉంది. నిన్ను నువ్వు తెలుసుకో. పరుగులు ఆపి, నీకు నువ్వు కొంత సమయం కేటాయించుకో" అంటూ స్పష్టంగా చెప్పింది ఝరి.

కొంతసేపు ఏం మాట్లాడకుండా ఉండిపోయింది ఝరి. ఆమె ఏమన్నా చెప్తే విందామని ఎదురుచూస్తోంది నవ్య.

"నవ్యా, నీకు నిన్ను ఇవ్వడం నేర్చుకో. నిన్ను నువ్వు తెలుసుకో" అన్నది ఝరి చిన్నగా.

"ఏంటది? మళ్ళీ చెప్పు" అనడిగింది నవ్య, ఆరాటంగా.

"నీకు కావాల్సిన దాన్ని నీకు నువ్వే ఇచ్చుకోవడం తెలుసుకో" అన్నది ఝరి, చిన్నగా నవ్వుతూ.

దృష్టికోణం

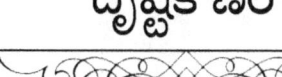

మరుసటి రోజు ఉదయం త్వరగా నిద్రలేచింది నవ్య. పొద్దున్నే స్వచ్ఛమైన గాలిని, పక్షుల కువకువల్లో వినిపించే మధుర సంగీతాన్ని వింటూ ప్రశాంతతను పొందసాగింది.

కాసేపటికి, 'ఝురి! ఝురి!' అంటూ పిలిచింది.

"శుభోదయం నవ్యా!" మెల్లగా అంది ఝురి.

"శుభోదయం ఝురీ! నాకు ఈ ప్రదేశం ఎంతో నచ్చింది. నువ్వు ఉన్నచోటే ఏళ్ల తరబడి ఉంటున్నా కూడా ఇంత సంతోషంగా ఎలా ఉంటున్నావో నాకు ఇప్పుడు అర్థమైంది" అన్నది ఉత్సాహం తొణికిసలాడుతున్న గొంతుతో.

"అవునా, ఎలా ఉంటున్నానో చెప్పు?" అన్నది ఝురి, ఆరా తీస్తున్నట్లుగా.

నవ్యకి ఒక్కక్షణం ఝురి ఏం అడిగిందో అర్థం కాలేదు. ఎలా అని అడుగుతుందేంటి? నన్ను వెటకారంగా ఎత్తిపొడుస్తోందా? లేక నిజంగానే తెలియక అడుగుతోందా? అని ఆలోచనలో పడింది.

"చెప్పూ.. ఉన్నచోటే ఉంటూ కూడా నేనెలా ఆనందాన్ని వెతుక్కుంటున్నానో?" అని మళ్లీ అడిగింది ఝురి.

"ఎందుకంటే ప్రతిరోజూ కొత్తగా ఉంటుంది. రోజూ ఏదో ఒక కొత్తదనాన్ని నువ్వు చూస్తున్నావు కదా, అందుకు.." అన్నది నవ్య, ఝురి ఆనందానికి రహస్యాన్ని కనిపెట్టేశానన్న సంతోషంతో.

ఝురి పెద్దగా నవ్వి, "ఓసి అమాయకురాలా! నువ్వలా అనుకుంటున్నావా" అన్నది.

"ఎందుకలా నవ్వుతున్నావు?" అన్నది నవ్య, తను అన్నదాంట్లో తప్పేమిటా అని ఆలోచిస్తూ.

"ఏమీ లేదులే" అన్నది ఝురి, ఇంకా నవ్వుతూనే.

"లేదు. నువ్వెందుకు నవ్వుతున్నావో నాకు చెప్పి తీరాల్సిందే" అని పట్టుపట్టింది నవ్య.

"నువ్విక్కడికి వచ్చి కేవలం రెండు రోజులే అయ్యింది. అప్పుడే నేను వందల ఏళ్ల నుంచి ఎలా సంతోషంగా ఉన్నానో

తెలుసుకున్నానంటే నవ్వక ఏం చెయ్యమంటావు?” అన్నది ఇంకా పెద్దగా నవ్వుతూ.

నవ్యకి ఆ నవ్వు చాలా ఎబ్బెట్టుగా ఉన్నట్లు తోచింది. “అంతేలే! నువ్వెప్పుడూ నన్నెలా ఆటపట్టించాలా అని చూస్తుంటావు. సరేలే, నాకేమీ తెలియదు, అర్థం కాదు, సరేనా” అన్నది కినుకగా చూస్తూ.

ఝరి ఇంకా నవ్వుతూనే ఉంది. “అయ్యో, పిచ్చిపిల్లా! నేనేమీ నిన్ను వెక్కిరించడం లేదు. ఇప్పుడు నీకొక దృశ్యం చూపిస్తా, చూడు” అన్నది, నవ్వు ఆపుకోవడానికి ప్రయత్నిస్తూ.

“అదుగో, అక్కడ పనిలో మునిగిపోయివున్న చీమలబారు కనిపిస్తోందా?” అన్నది.

నవ్య మళ్ళీ కళ్లు మూసుకుంది. పరిసరాల మీద శ్రద్ధ పెట్టింది. క్రమశిక్షణగా ఒక వరుసలో కదులుతున్న చీమలబారును కనిపెట్టగలిగింది. “ఆ, కనిపిస్తున్నాయి చీమలు” అన్నది.

“మంచిది. ఇప్పుడు నేను చెప్పేది విను..” అంటూ ఎవరితోనో మాట్లాడటం మొదలుపెట్టింది ఝరి. “ఏమయ్యా రామూ, బాగున్నావా? ఎక్కడికో వెళుతున్నట్లున్నారు? చాలా హడావిడిగా ఉన్నారేంటి సంగతి?” అంటూ పలకరించింది చీమలదండు నాయకుడ్ని.

చీమలదండు త్వరత్వరగా ముందుకు కదిలేలా చూసుకుంటున్న రాము, ఝరి పలకరింపు విని ఒక్క క్షణం ఆగాడు. “శుభోదయం ఝరీ! అవునవును, ఇది పని వేళ కదా. పైగా వచ్చేది వర్షాకాలం కూడా. ఈ లోపలే కావాల్సిన ఆహార పదార్థాలని పోగుచేసుకోవాలి కదా! ఈ సోమరిపోతుల్ని చూశావుగా! వీళ్లతో పని చేయించడమంటే కత్తిమీద సాము లాంటిదే” అన్నాడు.

“ఇంతకీ నువ్వెలా ఉన్నావు?” అని అడిగాడు ఝరిని.

నవ్య చెవులు రిక్కించుకొని మరీ వాళ్ల మాటల్ని వినసాగింది.

“నేను చాలా బాగున్నా రాము. అయినా నాకు తెలియక అడుగుతాను, ఎన్నో ఏళ్లనుండి చేస్తున్న పనే కదా ఇది. మీ అందరికీ బాగా అలవాటైన పనే. అయినా ఎప్పుడు చూడూ విశ్రాంతి లేకుండా తిరుగుతూనే ఉంటారు. కొంతసేపు నీ వాళ్ళకు విశ్రాంతినివ్వు. నువ్వు కూడా నీ అజమాయిషిని ఆపి ఈ ప్రత్యేకమైన రోజును ఆనందించవచ్చు కదా! ఎప్పుడూ మరమనిషిలాగా తిరుగుతూ ఉంటావు!” అన్నది ఝరి.

“అందమైన ప్రత్యేకమైన రోజా? నువ్వు దేని గురించి మాట్లాడుతున్నావు ఝరీ? నాకు రోజూవారీ పనులతోనే కాలమంతా గడిచిపోతోంది. చాలా అలసిపోతున్నాను దీంతోనే” అన్నాడు నిరాశగా.

“అయ్యో, పాపం. కొంచెంసేపు విశ్రాంతి తీసుకోవచ్చు కదా. చూడు, ఈ ఉదయం ఎంత బాగుందో” అన్నది ఝరి.

నవ్య ఇద్దరి మాటల్నీ శ్రద్ధగా వింటోంది.

“అబ్బా, ఝరీ! మళ్ళీ మొదలెట్టావా? అయినా ఏముంది ప్రత్యేకత? రోజూ చూసేవే కదా ఇవన్నీ. అదే గాలి, అదే సూర్యుడు. అవే పక్షులు, కు కు అంటూ వాటి గోల. కొత్తగా వినేది, చూసేదీ ఏముంది ఇందులో?” అన్నాడు విసుగ్గా.

అతని మాటలు విన్న నవ్య నిర్ఘాంతపోయింది.

“కాదు రాము. చూడు ఆ పక్షుల అరుపులు, అవే ఈ ప్రదేశాన్ని ఎంతో అందంగా చేస్తున్నాయి కదా” అంటూ అతనితో వాదించబోయింది.

రాము ఆమె మాటలని పట్టించుకోనేలేదు.

"ఇంక నీ మాటలు ఇంతటితో కట్టిపెట్టు ఝరీ. నీకు ఈ పిచ్చివాగుడు బాగా అలవాటైపోయింది. ఒక్కొక్కసారి నిన్ను చంపేద్దామన్నంత కోపం వస్తుంది నాకు" అన్నాడు కోపంగా.

నవ్య విస్తుపోయింది అతని మాటలకు.

"రామూ, నువ్వు చాలా కఠినంగా మాట్లాడుతున్నావు" అన్నది గొంతు పెగుల్చుకుంటూ.

రాము ఈ సారి కూడా ఆమె మాటలను పట్టించుకోలేదు.

"సరే ఝరీ, వెళ్లొస్తాను. మళ్ళీ రేపు కలుద్దాం" అంటూ వెళ్లిపోయాడు రాము.

"మంచిది. జాగ్రత్త మిత్రమా!" అన్నది ఝరి.

నవ్యకు కోపంతో ఒళ్లు మండిపోయింది. "ఆ మూర్ఖుడ్ని మిత్రమా అంటున్నావేంటి? అర్థం పర్థం లేకుండా పిచ్చివాగుడు వాగుతున్నాడు వాడు. ఇంత అందమైన ప్రదేశంలోని ప్రశాంతతని చూడలేనివాడిని నువ్వు మిత్రమా అని గౌరవించడం, జాగ్రత్తలు చెప్పడం నాకు నచ్చలేదు" అంటూ తన కోపాన్ని మాటల్లో వెళ్లగక్కింది.

"పోనిలే నవ్యా, వదిలెయ్యి" అన్నది ఝరి, ఆమెను శాంతింపజేస్తూ. కానీ నవ్య కోపం ఏమాత్రం తగ్గలేదు.

"సరే కానీ, నేనొక మాట అడుగుతాను చెప్పు. ఇవ్వాల్టికన్నా నిన్నటి రోజు ఏమైనా భిన్నంగా ఉందా?" అని అడిగింది.

"ఏంటి నువ్వనేది?" ఆశ్చర్యంగా అన్నది నవ్య.

"అదే! నువ్వు మొదటిరోజు ఇక్కడి గాలి, పక్షులు చేసే శబ్దాలు ఎంతో ప్రశాంతంగా ఉన్నాయన్నావు కదా, అవి ప్రతిరోజు ఒకేలాగా

ఉంటున్నాయా? రోజుకొక రకంగా ఉంటున్నాయా చెప్పు?" అని అడిగింది ఝురి.

"నువ్వంటున్నదేంటో నాకు ఒక్క ముక్క కూడా అర్థం కాలేదు" అన్నది నవ్య అయోమయంగా.

"నిన్నటికన్నా ఇవ్వాళ సూర్యుడు ఆలస్యంగా ఉదయించాడా?" అన్నది ఝురి.

"లేదు"

"పక్షుల గొంతులు ఏమన్నా మారాయా మరి?"

"లేదు"

"పోనీ గాలి తన దిశను ఏమన్నా మార్చుకుందా ఇవ్వాళ?"

"లేదు"

"మరి నువ్వేమైనా చూడగలుగుతున్నావా? లేక ఎగరగలుగుతున్నావా స్వేచ్ఛగా?"

"లేదు. మొన్నటిలాగే నా గూటిలోనే ఉన్నా"

"అంటే నీ ఇంట్లో ఉంటూనే, ప్రత్యక్షంగా చూడకపోయినా నీ మనోనేత్రంతో అన్నీ చూస్తూ ఆనందిస్తున్నావా?" అనడిగింది ఝురి.

"అవును, అయినా ఇదంతా నువ్వే కదా నాకు నేర్పించావు" అన్నది నవ్య.

ఝురి నవ్వింది నిర్మలంగా.

"నవ్యా! రాముా కూడా ఇవన్నీ చూడగలడు. తను వెళ్లాలనుకున్న చోటుకు వెళ్లగలడు కూడా. స్వేచ్ఛగా, సంతోషంగా ఉండగలడు. కానీ అతను అలా ఉండగలుగుతున్నాడా?" అని ప్రశ్నించింది.

"రాము మంచివాడు కాదు. అతనంటే నాకు ఇష్టం లేదు" అన్నది నవ్య, ముఖం మాడ్చుకొని.

మళ్లీ మాట్లాడటం మొదలుపెట్టింది ఝరి.

"నువ్వంటున్న కొత్తదనం, ప్రశాంతత నీలో ఉన్నాయి. వాటిని నువ్వు ఇన్నాళ్లూ గ్రహించలేకపోయావు. నీ చుట్టూవున్నవి ఎంతో గొప్పగా ఉన్నాయని అంటున్నావే, నిజానికి ఆ గొప్పదనం నీ మనసులో ఉంది. నీ ఆలోచనల్లో, నీ దృష్టికోణంలో ఉంది. అందుకే అన్నీ నీకు ప్రతిరోజు కొత్తగా, గొప్పగా కనిపిస్తున్నాయి" అన్నది ఎంతో ప్రేమగా.

నవ్య చాలాసేపు నిశ్శబ్దంగా ఉండిపోయింది. కానీ తనకు కావాల్సిన సమాధానం దొరకలేదన్న అసంతృప్తి మాత్రం ఇంకా కొంచెం మిగిలిపోయింది.

"అంటే మనం ఏం చూడాలనుకుంటే మనకి అవే కనిపిస్తాయా ఝరీ? అదేనా నువ్వు చెప్పేది?" అని అడిగింది.

"అవును" అన్నది ఝరి చిన్నగా నవ్వుతూ.

"అంటే నువ్వు ఇన్ని రోజుల్నించి ఇక్కడే ఉంటూ కూడా ఆనందంగా ఉన్నావంటే నిన్ను నువ్వు తెలుసుకున్నావు. నీ చుట్టూ ఉన్నవాళ్లలోనే నీ స్నేహితులను, నీ ఆనందాన్ని వెతుక్కున్నావన్నమాట" అన్నది. నవ్య గొంతులో తను ఎంతో కాలంనుండి అన్వేషిస్తున్న జీవితసత్యాన్ని తెలుసుకున్నానన్న సంతోషం తొణికిసలాడుతోంది.

'నన్నెవ్వరూ అర్థం చేసుకోవడం లేదు' అన్న భావనని వదిలేసి, తనను తాను తెలుసుకొని, తన చుట్టూవున్న ప్రపంచాన్ని అర్థం చేసుకోవడానికి ప్రయత్నిస్తున్న నవ్యలోని మార్పును గమనించిన ఝరి

- 'కలకాలం సుఖంగా, సంతోషంగా ఉండు' అంటూ మనసులోనే ఆమెను దీవించింది.

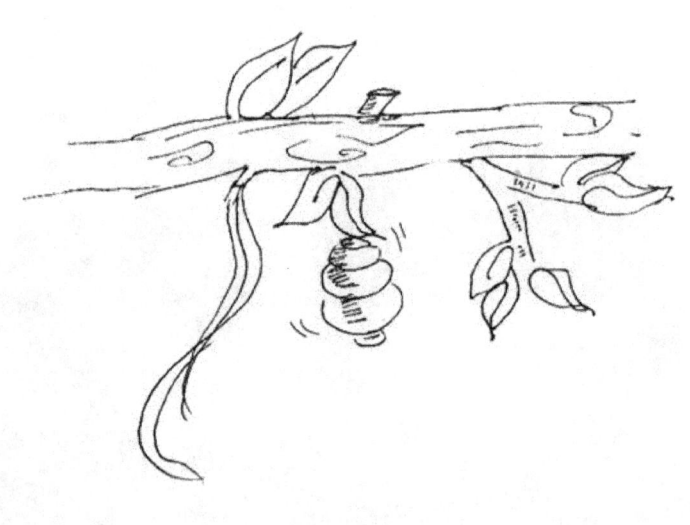

నువ్వెప్పుడైనా చూశావా?

నవ్య తన సమయాన్ని ఎక్కువగా ఝరితో మాట్లాడటానికే వెచ్చిస్తోంది. తను విన్న విషయాలను విశ్లేషించుకుంటోంది. వాటిని అర్థం చేసుకోవడానికి ప్రయత్నిస్తూ కాలాన్ని గడుపుతోంది.

మరుసటిరోజు ఉదయం. పిల్లగాలి తన కొమ్మలతో, ఆకులతో ఆడే సయ్యాటలను గమనిస్తున్న ఝరిని చూసి, “ఝరీ..” అని పిలిచింది నవ్య.

"చెప్పు నవ్యా" అన్నది ఝరి.

"నిన్న నువ్వు నాకు చెప్పిందానికి అర్థమేంటి?" అన్నది మాట కలుపుతూ.

"నిన్న మనం చాలా విషయాలు మాట్లాడుకున్నాం కదా! వాటిలో దేనిగురించి మాట్లాడుతున్నావు?" అనడిగింది, నవ్య మాటలు సరిగా అర్థం కాని ఝరి.

"అదే, మనం చూసే విధానాన్ని బట్టి మనకు లోకంలో అన్నీ అందంగా కనిపిస్తాయని అన్నావే, దాని గురించి" అన్నది వివరిస్తున్నట్లుగా.

"ఓ, అదా! అయినా దాని గురించి నీకు తెలిసిందన్నావుగా! మళ్లీ కొత్తగా చెప్పుకునేది ఏముంది?" అన్నది ఝరి.

"అది కాదు ఝరీ! మనం చీకటిలో ఉన్నా కూడా, మన మనసు ఆనందంగా ఉంటే చుట్టూ ఉన్నవన్నీ ఎంతో అందంగా కనిపిస్తాయి కానీ, నిజానికి మన చుట్టూవున్న వాటిలో ఏ మార్పూ ఉండదనీ, అవి ఎప్పుడూ ఒకేలా ఉంటాయని, మార్పు మన మనసులోనే ఉంటుందని చెప్పావు కదా! దాని గురించి అడుగుతున్నా" అన్నది నవ్య.

నవ్య ఉత్సాహం చూసి ఝరికి చాలా ముచ్చటేసింది. తను విన్న, తెలుసుకున్న విషయాలను ప్రస్తుత పరిస్థితులకు అన్వయించుకోవటానికి ఆమె చేస్తున్న ప్రయత్నానికి ఎంతో సంతోషపడింది. తనకు ఇంక అసలు విషయం తెలియజెప్పే సమయం వచ్చిందని అర్థమైంది.

"నవ్యా! మనం చూసేదే జీవితం. మన ముందు ఏమున్నదని కాదు, మన ముందున్నదాంట్లో నువ్వు చూసిందేంటి అన్నదే జీవితం" అన్నది.

"ఏంటి?" అంది నవ్య, అయోమయంగా బుర్ర గోక్కుంటూ.

ఆమె అవస్థ చూసి పెద్దగా నవ్వింది ఝురి. "కంగారుపడకు. మళ్ళీ చెప్తా విను. నువ్వు నా దగ్గరికి వచ్చిన మొదటిరోజు, మీ ఇంట్లోవాళ్లు, నీ స్నేహితులు నిన్ను కొత్త ఇంట్లోంచి కదలొద్దని చెప్పారన్నావు కదా! గుర్తుందా?" అనడిగింది.

"అవును, వాళ్ళంతా ఒట్టి అసమర్థులు, పిరికివాళ్లు. అందుకే అలా అంటారు" అన్నది కోపంగా వాళ్ళను గుర్తు తెచ్చుకుంటూ.

"సరే, ఇప్పుడు నువ్వు కదలడానికి ప్రయత్నించు మరి! నిన్ను ఆపేవాళ్ళు ఎవ్వరూ లేరుగా?" అన్నది ఝురి నవ్వుతూ.

"కానీ ఇప్పుడు నాకు కదలకుండా ఉంటే బాగానే ఉందిగా. నాకు ఎక్కడికీ వెళ్లాలని లేదు. ఇంటిపట్టునే ఉంటాను. వాళ్ళు చెప్పారని నేనిలా అనడం లేదు. నాకు ఇప్పుడు ఎక్కడికీ వెళ్లాలని లేదు. అందుకే వెళ్లనని అంటున్నా" అన్నది బింకంగా.

"అవునా, నిజంగానా?" అన్నది ఝురి నమ్మలేనట్లుగా.

"అవును" అన్నది నవ్య, ఎంతో ఆత్మవిశ్వాసంతో తల ఎగరేస్తూ.

"సరే, సరే! అలాగే! వెళ్లొద్దులే కానీ, ఒక్కసారి కదలడానికి ప్రయత్నించి చూడు" అన్నది.

నవ్య తన శరీరాన్ని చిన్నగా అటూ ఇటూ కదలించడానికి ప్రయత్నం చేసింది. కానీ ఒక్క అంగుళం కూడా కదల్చలేకపోయింది.

"ఝురీ! ఇక్కడంతా చాలా గట్టిగా ఉంది. నేనస్సలు కదల్లేకపోతున్నా" అన్నది భయంతో కంపించిపోతూ.

"నిజమే, నువ్విప్పుడు కదల్లేవు. అందుకు ప్రయత్నించొద్దు కూడా! కాదు, కూడదని ప్రయత్నిస్తే నీకే నష్టం కలిగే ప్రమాదం ఉంది, జాగ్రత్త!" అన్నది హెచ్చరిస్తున్నట్లుగా.

నవ్య మౌనంగా వినసాగింది.

"ఈ విషయం నేను నీకు ముందే చెప్తే నువ్వు ఒప్పుకునేదానివి కాదు. నన్ను కూడా నీ వాళ్లలాగే అసమర్థురాలినని భావించేదానివి" అన్నది. ఆ మాటలు నిజమే అనిపించాయి నవ్యకి.

"నీ కుటుంబసభ్యులు నీకు చెప్పాలనుకున్నది కూడా ఇదే. ఎప్పుడైనా నిన్ను మందలిస్తున్నప్పుడు వాళ్లని గమనించావా?" అన్నది నవ్యను పరిశీలించి చూస్తూ.

నవ్య ఏమీ మాట్లాడకుండా వింటోంది. తల్లి, ఇంట్లోవాళ్లు తమ మాట విననప్పుడు, తనమీద ఎలా మండిపడేవారో గుర్తుతెచ్చుకోసాగింది. కానీ చిత్రంగా ఆమెకు వారి కోపం వెనుక దాగున్న బాధ, తన క్షేమం కోసం వారు పడే తపన కూడా అర్థమవ్వసాగింది. ఇలా ఇంతకుముందెప్పుడూ అనిపించలేదు నవ్యకి. వాళ్లను తప్పుగా అర్థం చేసుకున్నందుకు నవ్యకి చాలా బాధ కలిగింది. తన క్షేమం కోరుకునేవారిపట్ల చాలా మూర్ఖంగా ప్రవర్తించానని తెలుసుకుంది.

"అంటే నేననుకున్నట్లు వాళ్లెవరూ పిరికివాళ్లు, అసమర్థులు కాదా ఝురి?" అన్నది ఒక్కొక్క మాట పెగుల్చుకుంటూ.

"లేదు. వాళ్లు ప్రతిక్షణం నీ బాగు కోరుకున్నారు. నీకు ఆంక్షలు పెట్టారని నువ్వనుకున్నావు. నిజానికి వాళ్లు నిన్ను ఈ సమాజంలోని దుష్టశక్తులనుండి అనుక్షణం రక్షించుకున్నారు" అన్నది ఝురి ఎంతో ప్రేమగా.

నవ్యకి తన కళ్లు చెమ్మగిల్లుతున్నాయని అర్థమైంది.

అనుభవమే జీవితం

రోజంతా ఏడుస్తూనే ఉండటం వల్ల నవ్యకు నిద్ర ముంచుకొచ్చేసింది. ఆ తర్వాత రెండురోజుల పాటు ఏమీ మాట్లాడలేదు. ఝరి కూడా అస్సలు కదిలించలేదు. మూడోరోజు నవ్య కాస్త కదిలింది. ఝరి అది గమనించినా కూడా ఏమీ మాట్లాడలేదు.

'ఝరీ' అంటూ పిలిచింది నవ్య.

"ఏంటి నవ్యా? ఎలా ఉంది నీకిప్పుడు?" అనడిగింది.

నవ్య ఏం మాట్లాడలేదు. ఝరి కూడా ఆ సంభాషణను పొడిగించలేదు.

నవ్యకు కావాల్సిన సమాధానం ఏదో ఆ నిశ్శబ్దంలోనే దొరుకుతుందని ఆమె అనుకుంది.

ఝరి కూడా మౌనంగా తన ఆలోచనల్లో మునిగిపోయింది. తన జీవితంలోని తొలిరోజులను గుర్తుచేసుకుంది. ఝరికి కూడా గాలితో పాటు ఉయ్యాలలూగడమంటే చాలా ఇష్టం. గాలివేగంతో పోటీపడుతూ నాట్యం చేయడం ఆమె మనసుకు నచ్చిన పనుల్లో అతి ముఖ్యమైనది.

అలా చెయ్యొద్దని స్నేహితులు తనను ఏవిధంగా వారించేవారో గుర్తుకు తెచ్చుకుంది ఝరి. వారి మాటలు విననందుకు తన జీవితాన్ని ఎలా నష్టపోయిందో కూడా గుర్తు తెచ్చుకుంది. జీవితాన్ని తన ఇష్టం వచ్చినట్లు గడుపుతున్న రోజుల్లో తన చుట్టూ ఉన్నవాళ్లు తనను మెచ్చుకోవాలని, చప్పట్లతో ముంచెత్తాలనీ, శక్తికి మించి ఊగుతూ, నేలని ముద్దాడటం కోసం కిందికంటా వంగుతూ ఉండేది గాలి వీచినప్పుడల్లా. ఒకరోజు అలాగే పెనుగాలితో ఆటలాడుతుండగా ఒక్కసారిగా శరీరంలో భరించలేని నొప్పిని ఆమె అనుభవించింది. శరీరాన్ని మెలితిప్పుతున్న ఆ నొప్పిని తట్టుకోవడానికి ఆమె తనశక్తినంతా కూడాదీసుకోవలసి వచ్చింది. ఎవరినైతే తన ఆప్తమిత్రుడని భావించి, తనను తాను మరచిపోయి, తనవారి మాటలను పెడచెవినపెట్టి స్వేచ్ఛగా ఆనందించిందో, వాళ్ళు తన రక్షణ గురించి ఏమాత్రం పట్టించుకోకుండా, తనపట్ల ఎంత క్రూరంగా వ్యవహరించారో తెలుసుకుంది. తన మంచి కోరే తనవారి మాటలను ఎలా పెడచెవిన పెట్టిందో గుర్తు చేసుకుంది ఝరి.

వెచ్చని కన్నీరు ఝురి చెంపలవెంట ప్రవహించింది. ఆ కాళరాత్రి గుర్తుకురాగానే ఆమె వెన్ను భయంతో జలదరించింది. ఆ సంఘటన నుండి ఝురి ఎలా కోలుకుంటుందో అని ఆమె స్నేహితులు ఎంతో బాధపడ్డారు. మళ్ళీ ఏదైనా పెనుగాలి వస్తే ఝురి నిలదొక్కుకోగలదా లేదా అని వాళ్ళు ఊపిరి బిగబట్టుకొని చూస్తున్నారు. ఈ విషయాలను గుర్తుచేసుకుంటూ ఝురి తన శరీరంలో వంగిపోయిన భాగంకేసి బాధగా చూస్తూ ఉండిపోయింది.

"ఝురీ, ఉన్నావా లేదా? ఏం చేస్తున్నావు?" అన్నది నవ్య, ఝురి ఏమీ మాట్లాడకపోవడంతో.

"ఆ! ఇక్కడే ఉన్నా నవ్యా. ఆరోగ్యంగా, స్థిరంగా, అన్నింటికన్నా ముఖ్యంగా బ్రతికే ఉన్నా" అన్నది గర్వంగా.

"నన్ను క్షమించు ఝురీ. గతంలో నేను నా వాళ్లతో ప్రవర్తించిన విధానాన్ని గుర్తుచేసుకుంటూ నీతో మాట్లాడలేకపోయా"అ న్నది నొచ్చుకుంటునట్లు.

"వాళ్ళందరూ నా మంచి కోరేవాళ్ళే ఝురీ. వాళ్ళు చెప్పిందంతా సరైనదే. నేనే చాలా మూర్ఖంగా ప్రవర్తించా. వాళ్ళను ఈసడించుకున్నా. నా గురించి మాత్రమే ఆలోచించుకుంటూ, నా చుట్టుపక్కల ఉన్నవాళ్లను చాలా బాధపెట్టి తప్పుచేశా" అన్నది. ఈ మాటలు చెప్తూ దుఃఖంతో గొంతు పూడుకుపోగా మాటలు ఆపేసింది నవ్య. ఆమె బాధపడుతున్నదని గ్రహించింది ఝురి. ఆమె ఆ దుఃఖం నుంచి తేరుకునేదాక తనూ మౌనంగానే ఉండిపోయింది.

"నువ్వొక విషయం గ్రహించావా నవ్యా? నువ్వు వారిపట్ల తప్పుగా ప్రవర్తించినా కూడా నీ వాళ్ళందరూ నిన్ను ఇంకా

ప్రేమిస్తూనే ఉన్నారు. నిన్ను ముందుకన్నా ఎక్కువే ఇష్టపడుతున్నారు తెలుసా? ఎందుకంటే నువ్వు ఇదంతా కావాలని చేసింది కాదని వాళ్లూ గ్రహించారు కాబట్టి. వాళ్ళు చెప్పింది సరైనదేనని నువ్వెలా తెలుసుకోగాలిగావు?" అన్నది ఝురి మంద్రంగా.

నవ్య మౌనంగా ఝురి చెప్పేది అంతా వింటూ ఉంది. "అవును ఝురీ. నువ్వు చెప్పింది నిజమే. అప్పుడు నేను కేవలం వాళ్లు చెప్పిన మాటల్ని మాత్రమే విన్నా. కానీ ఇప్పుడు నేను అన్ని విషయాలూ చూడగలుగుతున్నా. అనుభవించగలుగుతున్నా. అందుకే వాళ్లు చెప్పినవి సరైనవే అని తెలుసుకోగలిగా. గతంలో నేను చేసిన తప్పుల వల్ల కోల్పోయిందేంటో తెలుసుకోగలుగుతున్నా. నేను చాలా మూర్ఖంగా ప్రవర్తించానని ఇప్పటికైనా గ్రహించగలిగా. పోనీలే, దానివల్ల ఇవ్వాళ నేను మంచేదో, చెడేదో తెలుసుకోగలిగా. నా జీవితాన్ని కొత్తగా మొదలుపెట్టగలుగుతున్నందుకు నాకు చాలా సంతోషంగా ఉంది ఝురీ.." అన్నది నవ్య.

ఝురి మౌనంగా నవ్య మాటలను వింటూనే ఉన్నది చిరునవ్వుతో. 'విషయాల్ని తెలుసుకోవడం వల్ల జ్ఞానం రాదు. వాటిని అనుభవించాలి. ఆ పరిస్థితులను చూడటం ద్వారా నిజమైన జ్ఞానం అనేది తెలుస్తుంది. జీవించాలని అనుకునేవారికి జీవితం తనదైన శైలిలో జీవించటం నేర్పిస్తుంది కదా!' అనుకుంది ఝురి, తనలో తానే నవ్వుకుంటూ.

అంచనాలకు అందనిది ప్రేమ

నవ్య ఆ తర్వాతి రోజు మరొక కొత్త ఆశతో ఉత్సాహంగా నిద్రలేచింది. ఇప్పటివరకు తను చెప్పిన, చేసిన పనులకన్నా, ఇకముందు చేయబోయే పనులు చాలా ముఖ్యమైనవని అనుకుంది. ఆమెకు చాలా తేలికగా అనిపించింది. మనసులోని భారమంతా పోయి మునుపటికన్నా ప్రశాంతంగా నవ్వగలుగుతున్నానని అనుకుంది.

"శుభోదయం ఝురీ.. ఇవ్వాళ ఏం చేయబోతున్నావు?" అనడిగింది.

"ఏమీ లేదు. నిన్న పెద్ద గాలి వచ్చింది కదా! కొన్ని వేలాడుతున్న ఆకులను తీసేసి, మిగిలినవాటిని బాగుచేస్తున్నా" అన్నది.

వాళ్ళు అలా మాట్లాడుకుంటూ ఉండగానే పక్షులు ఎగురుతూ వస్తున్న శబ్దం వినిపించింది. తిరిగి చూసేసరికి రెండు అందమైన పావురాలు ఝురి వైపు వస్తూ కనిపించాయి.

"రా రా పీటర్, చాలా రోజులకు వచ్చావు. నాన్సీ, బాగున్నావా?" అని పలకరిస్తూ వారిని ఆహ్వానించింది ఝురి.

"బాగున్నాం ఝురీ.." అన్నాడు పీటర్.

"చాలా రోజుల తరువాత నీ దగ్గరికి రావటం. చాలా బాగుంది కానీ, ప్రయాణంలో బాగా అలసిపోయా" అన్నది నాన్సీ, ఒళ్లు విరుచుకుంటూ, కాళ్లు వత్తుకుంటూ.

రెండు పక్షులు ఎడముఖం, పెడమొఖంగా వుండటం, ఎవరికివారే తమ తమ ఆలోచనల్లో మునిగిపోయి ఉండటం గమనించింది ఝురి.

వసంతకాలం కావడంతో మధ్యాహ్నం వేళ అయినా కూడా చాలా చల్లగా, హాయిగా ఉంది వాతావరణం.

వాళ్లనే గమనిస్తున్న నవ్య - "ఝురీ.. ఎవరు వచ్చింది? నీకేమవుతారు?" అని అడిగింది కుతూహలం ఆపుకోలేక.

వాళ్లిద్దరు వేరు వేరు ప్రాంతాలనుండి వచ్చారని, తన దగ్గరే కలుసుకున్నారని చెప్పింది ఝురి. తరువాత ఇద్దరూ కలిసి జీవించాలని నిర్ణయించుకున్నారని, ఇప్పుడు వారికి చక్కటి కుటుంబం ఏర్పడబోతోందని చెప్పింది.

నవ్యకి చాలా సంతోషంగా అనిపించింది. కానీ వెంటనే, “మరి ఇప్పుడెందుకు అంత దూరదూరంగా, అంటీముట్టనట్లుగా ఉన్నారు?” అన్నది.

“ఉండు, వాళ్లనే అడిగి కనుక్కుందాం!” అన్నది ఝరి సాలోచనగా వారికేసి చూస్తూ.

ఇంతలో నాన్సీ ఝరి దగ్గరకు వచ్చి – “ఝరీ.. నువ్వంటే నాకెంత ఇష్టమో తెలుసుకదా! నేను త్వరలోనే నీ దగ్గరకు వచ్చి ఇక్కడే ఒక మంచి ఇల్లు కట్టుకొని ఉంటానని, మంచి మంచి వస్తువులన్నీ తెచ్చి నీకిస్తానని చెప్పాను కదా!” అన్నది.

“అవును, నిజమే. నిజానికి మీరెప్పుడు వస్తారా అని నేనూ ఎదురుచూస్తున్నా” అన్నది ఝరి.

“చూడు మరి, ఇప్పుడు పీటర్ ఏం చేశాడో” అన్నది అతనిపై ఫిర్యాదు చేస్తున్నట్లుగా.

“అసలేమైంది నాన్సీ! ఎందుకంతలా అరుస్తున్నావు?” అన్నది ఝరి విషయం అర్థం కాకపోవడంతో. పీటర్ ఇదంతా గమనిస్తున్నాడు కానీ, నోరు తెరిచి ఒక్క మాట కూడా మాట్లాడటం లేదు.

“నేను కష్టపడి కూడబెట్టిన వస్తువులన్నీ ఎవరికో ఒకరికి ఇచ్చేస్తున్నాడు, లేకపోతే ఎక్కడో ఒకచోట పడేస్తున్నాడు” అన్నది ఏడుపు గొంతుతో.

“ఊరుకో నాన్సీ, ఊరుకో. అసలతను అలా ఎందుకు చేస్తున్నాడో అడిగావా ఒక్కసారైనా?” అన్నది ఆమెను అనునయిస్తూ.

“అడిగేది ఏముంది అందులో? అతనికి బాగా నిర్లక్ష్యం. దేనిమీదా ధ్యాస లేదు. నేను చెప్పిన మాట వినడు. నన్ను పట్టించుకోడు. నన్ను

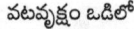

నానా తిప్పలు పెడుతూ ఉంటాడు కానీ, ముఖం మీద చిరునవ్వు మాత్రం చెక్కు చెదరదు మహానుభావుడికి" అన్నది కోపంతో ఉడికిపోతూ.

ఝరి, నవ్య పీటర్‌కేసి చూశారు. అతను ఇంకా అలాగే చిరునవ్వుతో చూస్తున్నాడు ఝరికేసి, ఇదంతా నాకు అలవాటేగా అన్నట్లు.

ఝరి నవ్వుతూ, "నాన్సీ, ఒకసారి నా పక్కకిరా. ఇక్కడికొచ్చి చెట్టు మొదట్లో చూడు" అన్నది.

"ఝరీ, నేను రాను. ఇప్పుడు నాకేమీ చెప్పొద్దు. నేను ఏమీ వినను, చూడను. కావాలంటే పీటర్ని పిలిచి అతనికి చూపించు" అన్నది చిరాకుపడిపోతూ.

ఝరి నవ్వుతూ, "నేను చూపించాలని అనుకుంటుంది నీకు. ఒక్కసారి రా" అన్నది. నాన్సీ గొణుక్కుంటూ, "ఛీ! నన్నెవ్వరూ అర్థం చేసుకోరు. నేను చెప్పేది అసలు కనీసం వినను కూడా వినరు" అనుకుంటూ తను కూర్చున్న కొమ్మమీది నుండి లేచి, ఝరి పక్కకు వచ్చింది.

"ఆ! ఏంటి? చెప్పు వచ్చానుగా నీ పక్కకి" అన్నది.

"అదుగో! అక్కడున్న ఒంపును కదిలించు" అన్నది.

అక్కడ ఒక అరలాగా ఉన్నదాన్ని కదిలించి, అందులోకి తొంగిచూసిన నాన్సీ, ఆశ్చర్యంతో కళ్లు పెద్దవి చేసి అలాగే చూస్తూ ఉండిపోయింది. అక్కడ తనకిష్టమైన వస్తువులన్నీ పొందికగా అమర్చి ఉన్నాయి. దూరంగా ఉన్న ఓక్ చెట్టు నుంచి తను సేకరించిన రంగుదారాలు, దగ్గరలోని అడవినుండి సేకరించిన రకరకాల గింజలు, తను పెట్టిన మొట్టమొదటి గుడ్డు మీది పెంకు అన్నీ చక్కగా, పొందికగా అమర్చబడి ఉన్నాయి.

నాన్సీ ఆనందంతో, నీళ్లు నిండిన కళ్లతో ఆ వస్తువులన్నింటినీ కళ్ళారా చూసుకుంటూ ఉండిపోయింది అలాగే.

అది చూసి చిరునవ్వు నవ్వుతూ –

"నీకు సంబంధించినవి ఏవైనా పీటర్‌కి ఎంతో ఇష్టం నాన్సీ. అతను ఏ విషయం గురించీ బాధపడడు, కానీ నువ్వు ఏ విషయం గురించీ బాధపడకూడదని అనుకుంటాడు.

అతను ఎన్నోసార్లు రాత్రిపూట ఇక్కడికి వచ్చి వీటిని ఇక్కడపెట్టి వెళ్ళేవాడు. కొన్నిసార్లు తన స్నేహితుల ద్వారా పంపించేవాడు. ఈ వస్తువులను ఇక్కడకు చేరవేసే కష్టం కూడా నీకు కలగనీయటం అతనికిష్టం లేదు. అందుకే ఈ విషయాన్ని నీకు చెప్పను కూడా చెప్పలేదు. ఊరికే నిన్ను ఏడిపించటానికి, ఆ వస్తువులు ఏమయ్యాయో తనకు తెలియనట్లే ఉన్నాడు. అతను నిన్ను అర్థం చేసుకున్నాడు. నిన్ను ఎంతో ప్రేమిస్తున్నాడు" అన్నది ఝురి. ఈ సంగతులు చెప్తున్నంతసేపు ఝురి నవ్వుతూనే ఉంది.

ఝురి మాటలు విన్న నాన్సీ, ఏమీ మాట్లాడకుండా వెళ్లి పీటర్ పక్కన కూర్చున్నది.

ఇదంతా మౌనంగా వింటున్న నవ్యకు ఎంతో సంతోషంగా అనిపించింది. మనల్ని ప్రేమించేవాళ్లు పదే పదే ఆ విషయాన్ని మనం అనుకున్న విధంగా చెప్పాలని లేదు. వారికి నచ్చిన విధంగా చేసి చూపిస్తారు. అసలా ఊహే ఎంతో బాగుంటుంది కదా! మనం చేయవలసిందల్లా వారివైపు నుండి కూడా ఆలోచించగలగాలి. కానీ నాలాంటి, నాన్సీ లాంటివాళ్లు 'నన్ను ఎవరూ పట్టించుకోవటం లేదు,

నేను ఎవరికీ పనికిరాను' అనే ఆలోచనలతో కళ్లెదురుగా ఉన్నవాళ్ల ప్రేమను గుర్తించలేకపోతామని అనుకున్నది తనలో తానే.

ప్రేమను ప్రకటించే దారులు ఎన్నో కదా అని అనుకుంది.

నేర్చుకోవడం ఒక వరం

పొద్దున్నే సూర్యుడు ప్రకాశిస్తున్నాడు. నిన్న వచ్చిన తుఫాను ప్రభావం వల్లనేమో గాలి చల్లగా వీస్తోంది. ఝరి, నవ్య ఉదయపు వేళ ప్రశాంతతను ఆస్వాదిస్తుండగా, ఆ ప్రశాంతతను చెదరగొడుతూ ఒక చిన్ని ఉడత పై కొమ్మలమీదినుండి జారుకుంటూ వచ్చింది. ఇద్దరూ మౌనంగా దాన్ని గమనిస్తున్నారు. అది దగ్గర్లో ఉన్న చెట్టుమీదకి వెళ్ళి కొన్ని పండ్లను కొరికి తెచ్చుకుంటోంది.

తుఫాను వల్ల చెట్టుకింద రాలిపడ్డ పండ్లను కూడా మధ్య మధ్యలో గమనిస్తూనే ఉంది. ప్రతి పండును కొరికి చూసి, కింద పడేస్తోంది. మళ్ళీ వెంటనే ఏదో పనిపడ్డట్లు హడావిడిగా ఝరి పైకెక్కి, చిటారు కొమ్మ దాకా వెళ్లి మళ్లీ కిందికి రావడం, ఏదో ఒక పండు కొరకడం, కిందపడెయ్యటం చేస్తోంది. ఒక్క పండును కూడా తినడం లేదు. అలాగని తన పరుగులూ ఆపడం లేదు. ఇదంతా చూస్తున్న నవ్యకు ఏమీ అర్థం కాలేదు. ఇంక చూస్తూ ఉండటం ఆమె వల్ల కాలేదు.

“ఝరీ, ఆ ఉడుత ఏం చేస్తోందసలు?” అన్నది ఆరాటంగా చూస్తూ.

దానిని గమనించటంలో మునిగిపోయిన ఝరి వెంటనే మాట్లాడలేదు.

“ఓ ఝరీ, నిన్నే, మాట్లాడవేంటి? ఏం జరుగుతోందక్కడ? ఎందుకు అతను అంత అసహనంగా ఉన్నాడు. నువ్వేమైనా చెప్పొచ్చు కదా అతనికి?” అంది.

“అబ్బా! చూసిందేది వదిలిపెట్టవు కదా! అన్నీ కావాలి నీకు” విసుగ్గా అని, “అతని పేరు డెన్వర్. ఈ చుట్టుపక్కలే ఉంటాడు. చాలా తెలివైనవాడినని అనుకుంటూ ఉంటాడు” అంది ఝరి.

“ఏంటి? తెలివిగలవాడా? మరి ఎందుకలా ఊడగొట్టిన నాగలిలాగా, చేసినపనే చేస్తూ తిరుగుతున్నాడు”.. అని దీర్ఘాలు తీసింది నవ్య.

“వాడెప్పుడూ అంతే. రోజూ ఇక్కడికి రావడం, కనిపించిన పండ్లన్నీ కొరకడం, నచ్చకపోవడంతో వాటిని వదిలేయడం చేస్తుంటాడు. మంచి పండ్లను తను కనుక్కున్నంతగా ఎవ్వరూ

కనుక్కోలేరని అనుకుంటూ ఉంటాడు. కానీ వాడికి నచ్చినట్లుగా పండిన పండు వాడికి ఎప్పుడోగాని దొరకదు" అని చెప్పింది.

నవ్యకు అర్థం కాలేదు. "కానీ వాడు అన్ని పండ్లనూ అలా కొరికి పడేయడం వల్ల అవి ఎవరికీ పనికిరాకుండా పోతాయి కదా?" అన్నది అయోమయంగా చూస్తూ.

"అవును, కానీ వాడు చేస్తున్న పని తప్పంటే వాడు ఒప్పుకోడు. చాలా మొండివాడు" అన్నది ఝరి.

"మరి నువ్వే వాడికి చెప్పొచ్చుగా! పాపం వాడికి తెలియదేమో తను చేస్తున్న పని తప్పు అని. నువ్వు వాడిని ఆపొచ్చుగా?" అన్నది సందిగ్ధంగా..

'నిజమే! నేను అలా చెయ్యొచ్చు కదా' అనుకుంది ఝరి.

తను ఝరికి ఒక మంచి విషయం చెప్పానని నవ్య చాలా గొప్పగా భావించింది.

ఝరి వెంటనే, "ఒరేయ్ డానీ, ఎందుకలా పండ్లన్నీ కొరికి పడేస్తావు? ఒక రెండు రోజులు ఆగి రావచ్చుగా. అప్పటికి ఆ పండ్లు కూడా చక్కగా మాగిపోతాయిగా" అన్నది.

వెంటనే, "ఆ! నాకు తెలియదు మరి.. ఇంకా నువ్వు చెప్పలేదేంటా ఇప్పటిదాకా అని అనుకుంటున్నా. వెధవ తెలివితేటలూ నువ్వూ. నన్ను మీనమేషాలు లెక్కపెట్టుకుంటూ కూర్చోమంటావా? ఈ లోపు వేరేవాళ్ళు కాస్తా ఆ పండ్లన్నీ పట్టుకుపోతారు. అలా జరగడం నాకు ఇష్టం ఉండదని నీకు తెలుసుగా!" అన్నాడు వెనుకా ముందూ ఆలోచించకుండా డెన్వర్.

"అది కాదు డానీ, ప్రతిదానికి ఒక సమయం ఉంటుంది. మనం

తొందరపడితే పనులు జరగవు. తగిన సమయం వచ్చేదాకా ఆగాలి. నువ్వు కొంచెం ఓపిక పడితే నీకు మంచి పండ్లు దొరుకుతాయి. అవి వృధాకాకుండా కూడా ఉంటాయి కదా" అని నచ్చచెప్పబోయింది ఝరి.

డెన్వర్ ఆ మాటలు ఏమాత్రం వినిపించుకోకుండా "చూడు ఝరీ, నేనిక్కడికి వచ్చేది మంచి పండ్లు దొరుకుతాయని, నువ్వు చెప్పే సోది వినటానికి కాదు. గుర్తుంచుకో!" అంది.

ఆ మాటలు విని నివ్వెరపోయింది నవ్య. ఝరి మౌనం వహించింది.

డెన్వర్ సాయంత్రం వరకూ తనకు నచ్చిన పండుకోసం వెతుకుతూనే ఉన్నాడు. రాత్రి అవ్వడంతో ఝరి దగ్గరే ఉండిపోయాడు. మరుసటిరోజు ఉదయాన్నే లేచి మళ్ళీ పండ్ల వేటలో పడ్డాడు. అయితే వాడికి కావాల్సిన పండు పక్కనే ఉన్న చెట్టు చిటారుకొమ్మ మీద కనిపించింది. వెంటనే ఆ కొమ్మమీదికి ఎగబాకి ఆ పండును దొరికించుకున్నాడు. కానీ అంతలోనే పాపం పట్టుతప్పి పండుతో సహా కిందపడిపోయాడు. నవ్య, ఝరి ఊపిరి బిగబట్టుకొని జరిగేదంతా చూస్తున్నారు.

డెన్వర్‌కి దెబ్బలేమీ తగల్లేదు కానీ, ఎంతో ప్రయాసపడి కోసుకున్న పండుకి పెద్ద చీలిక పడింది. ఆ పండుకేసి నిరాశగా చూసిన డెన్వర్, మళ్లీ తల పైకెత్తి చెట్టుకేసి చూశాడు. కానీ ఆ చెట్టుమీద పండ్లేమీ లేవు. వెంటనే ఝరికేసి చూసి, "చూశావా ఝరీ, నాకు కావాల్సిన పండు నాకు దొరికింది. దాన్ని గట్టిగా కొరకవలసిన పని కూడా లేదు చూశావా!" అన్నాడు. తను కోసుకున్న పండును ఆనందంగా చూసుకుంటూ సంతోషంతో వెళ్లిపోయాడు.

కొంతసేపటిదాకా అక్కడ నిశ్శబ్దం నెలకొంది, వాళ్ళిద్దరూ మాట్లాడకుండా ఉండిపోవటంతో. హటాత్తుగా నవ్య పిచ్చిపట్టినట్లుగా నవ్వసాగింది. ఎంత ప్రయత్నించినా తన నవ్వును ఆపుకోలేకపోయింది. మనసారా కొంతసేపు నవ్విన తరువాత అతి బలవంతానా నవ్వు ఆపుకుంటూ, "భలే తెలివైనవాడులే. నిజంగా!" అన్నది ఇంకా నవ్వుతూనే.

"నువ్వు చెప్పినట్లు ఒక రెండురోజులు ఆగివున్నట్లయితే ఎంత బాగుండేది. వాడికి ఎన్నో పండ్లు దొరికి ఉండేవి. ఇన్ని పండ్లు పాడుచేసి, ఒక్కపండు కోసుకొని, తన తెలివికి తానే గర్వపడుతున్నాడు. మూర్ఖుడు!" అన్నది.

ఝురి కూడా, "నేను అందరికీ చెప్తాను నవ్య. కానీ అందరూ విని తీరాలని లేదుగా! వినేవాళ్లు వింటారు" అన్నది తను కూడా నవ్వుతూ.

ఎదుటివాళ్లు చెప్పేది వినాలనే బుద్ధి ఉండటం కూడా ఒక వరమే అనుకుంది నవ్య. తన పెద్దవాళ్ళు చెప్పిన మాటలు తను ఎలా పెడచెవిన పెట్టానో తలచుకుంటూ.

"ఝురీ, నువ్వు చెప్పింది నేను వింటున్నాను. ఇంతకుముందు నేను ఎవరి మాటలూ ఈవిధంగా విన్నదే లేదు" అన్నది తన ప్రవర్తనకు సిగ్గుపడుతున్నట్లుగా.

"చూడు నవ్యా! ఒక్క పండు అనే కాదు. ప్రతిదానికి ఒక సమయం ఉంటుంది. అది ప్రకృతి నియమం. మన పని మనం చేసుకుంటూ పోతే అన్ని పనులూ వాటంతటవే అవుతాయి. ఎలాంటి సమస్యలూ రావు. ఎవరూ మనకి చెప్పక్కరలేదు. అందరు చెప్పేది వినాలి. మనకు పనికివచ్చేది అందులోనుంచి తీసుకోవాలి. అలాగయితేనే మనం వృద్ధిలోకి వస్తాం" అన్నది.

"జీవితం అంటే ఉన్నది ఉన్నట్లుగా జీవించడమే. నీకు ఎల్లకాలమూ ఎవరో ఒకరు నేర్పించరు. కాలం ఎవ్వరికోసం ఆగదు. నువ్వు బతకాలి అంటే, నీ అనుభవాలనుండి నీకు నువ్వే నేర్చుకోవాలి. అంతెందుకు ఇప్పుడు నువ్వు నేను చెప్పింది వింటున్నావంటే అది నువ్వు నీ అనుభవాలనుంచి నేర్చుకున్నదే. ఎదుటివాళ్లలో మన మంచి కోరేవాళ్లు ఉంటారన్నది నీ అనుభవం వల్ల నువ్వు తెలుసుకున్నావు" అన్నది ఆనందంగా నవ్యని చూస్తూ. "నేను నీకు కొత్తగా బోధించినది ఏమీ లేదు. నీలో ఉన్న ఆలోచనలను నువ్వు తెలుసుకోవడానికి సహాయం చేశా. అంతే" అన్నది.

నవ్యకు చాలా సంతృప్తిగా అనిపించింది. ఇంతటి తృప్తిని ఆమె తన జీవితంలో ఎప్పుడూ అనుభవించలేదు.

ఝరి చెప్పే ప్రతి విషయాన్నీ ఆమె గ్రహించగలుగుతోంది. ఆ ఆలోచనలతో ఆమెకి ఆ రాత్రి నిద్రపట్టలేదు. ఆనందం ఎక్కువైనా కూడా నిద్ర రాదని అనుకుంది ఝరి, ఆమెను గమనిస్తూ.

అసంపూర్ణమైన సంపూర్ణం

అప్పుడే మెల్లగా తెల్లవారుతోంది. సూర్యుడు బిరబిరా పైకి వస్తున్నాడు. పూల పరిమళంతో గాలి మత్తెక్కిస్తోంది. గాఢనిద్రలో ఉన్న నవ్య తన శరీరంలో ఒక అసహజమైన కదలికను గమనించింది. ఒకసారి లేచి సర్దుకొని తిరిగి నిద్రకుపక్రమించింది. కానీ మరుక్షణంలోనే మళ్లీ అదే అసహజమైన కదలిక ఈసారి ఇంకా ఎక్కువగా రావటాన్ని గమనించింది.

ఆ కదలికతో పాటు భయంకరమైన నొప్పి కూడా శరీరమంతా పాకింది.

ఆ నొప్పికి తట్టుకోలేక భయంతో, "ఝరీ.." అని గట్టిగా అరిచింది. "ఝరీ, నాకేదో అవుతోంది" అన్నది కంగారుగా. ఝరి ఆమెకేసి చూసింది. లార్వా గోడలు బీటలు వారడం గమనించింది. నవ్య గొంగళిపురుగు జీవితం ముగింపుకు వచ్చిందని ఆమెకు అర్థమైంది. మరికొద్ది క్షణాల్లో ఆమె ఒక రంగుల సీతాకోకచిలుకలాగా మారబోతున్నదని గ్రహించింది.

నవ్య ఎలా ఉంటుందో చూడాలని ఝరికి కూడా ఆత్రుతగానే ఉంది. 'చూడు, నేనొక అందమైన సీతాకోకచిలుకనవుతాను' అని నవ్య గర్వంగా తనతో చెప్పిన మాటలు గుర్తువచ్చాయి ఝరికి.

"నవ్యా! నువ్వు ఎదురుచూస్తున్న సమయం రాబోతోంది" అన్నది.

నవ్యకి అర్థమైంది. కదలకుండా ఉండిపోయింది కొంతసేపు. మెల్లమెల్లగా ఆమె తన రెక్కలు విప్పుకుంది. సూర్యకిరణాలు ఆమె రెక్కలపై పడి మెరిసాయి. తన రెక్కలను ఒకసారి రెపరెపలాడించింది. అటు ఇటు ఎగరగలుగుతోంది. రంగురంగుల రెక్కలతో ఎంతో అందంగా ఉంది. అంతలోనే ఒకపక్క రెక్కలు కొంచెం తేలికగా ఉన్నట్లు అనిపించింది ఆమెకి. ఆ విషయాన్ని ఝరి కూడా గమనించింది. తన దగ్గరకు రమ్మని పిలిచింది. చిన్నగా ఎగురుతూ వచ్చి ఝరిని ఆనుకొని ఉండిపోయింది కొంతసేపు నవ్య.

"నవ్యా! నువ్వు అనుకున్నట్లుగా ఒక చక్కని జీవితం పొందావు.

కానీ నువ్వు నేర్చుకోవలసినది ఇంకా ఉన్నది. ఒక్కసారే పైపైకి పోవటానికి ప్రయత్నించకు. నెమ్మది నెమ్మదిగా పైకి ఎగురు” అన్నది. ఝరిని తాకుతూ ఆమె స్పర్శలోని ఆనందాన్ని అనుభవిస్తున్నది నవ్య. ఇంతలో నవ్య రెండు రెక్కల్లో ఒకదానికి చిన్న సొట్ట ఉన్న విషయం గమనించారు ఇద్దరూ. ఇది అలా ఎందుకు ఉన్నదా అని ఆలోచించారు. నవ్య తను లార్వాలో ఉన్నప్పుడు కూడా అటూయిటూ కదులుతాను అని మొండికేయటం గుర్తుకొచ్చింది ఇద్దరికీ. ఇద్దరూ కాసేపు ఏమీ మాట్లాడలేకపోయారు. నవ్య ఏమంటుందా అని ఝరి ఎదురుచూడసాగింది.

కొంతసేపటి తర్వాత తేరుకున్న నవ్య - “సరే ఝరీ, ఏమీ పరవాలేదు, చిన్న లోపం అంతేగా. దీనిని కూడా నేను సంతోషంగా భరిస్తాను. ఎగరటానికి ప్రయత్నిస్తాను. నేను చేసిన పొరపాటు వల్ల కలిగిన నష్టమే కదా! కాబట్టి నేనే దీనికి బాధ్యురాలిని” అన్నది స్థిరంగా.

ఆ మాటలు విన్న ఝరి అప్పుడు నవ్వింది మనస్ఫూర్తిగా. నవ్య తన లోపాన్ని కూడా సంతోషంగా అంగీకరించటానికి సిద్ధపడటంతో ఆమె మనసు చాలా సంతృప్తిగా ఉన్నదన్న విషయం తెలుసుకుంది.

“అదీ నవ్య అంటే! నీలాంటి అందమైన పిల్లను నేను ఇంతవరకు ఎప్పుడూ చూడలేదు. ఇన్నాళ్ళు నా దగ్గర ఉన్నందుకు ధన్యవాదాలు” అన్నది సంబరంగా.

“ఇంక ఇప్పుడు నువ్వు చూడాలనుకున్న లోకం చూసి రా! కాని అప్పుడప్పుడు వచ్చి నువ్వు చూసిన వింతలన్నీ నాకు చెప్పాలమ్మాయి. అలా చేస్తానని నాకు మాటిచ్చావు. దాన్ని గుర్తుంచుకో” అన్నది.

నవ్య మౌనంగా ఉండిపోయింది. ఝురికి ఏమీ అర్థం కాలేదు. "ఏమయింది నవ్య?" అన్నది ప్రేమగా.

"ఝురీ, నేను లోకమంతా చూడాలని, నువ్వు చూడలేనివన్నీ నీకు చెప్తానని బడాయిలు చెప్పిన మాట నిజమే. కానీ నీకోక సంగతి తెలుసా ఝురి. నాకు అసలు ఇప్పుడు అలా అనిపించటం లేదు. నిన్ను వదిలి వెళ్ళాలని అనిపించటం లేదు. ఇప్పుడు అర్థం అయింది నువ్వు ఉన్నచోటునుండే లోకాన్ని ఎలా తెలుసుకోగలుగుతున్నావో. సంతోషంగా ఎలా ఉండగలుగుతున్నావో. దయచేసి నన్ను నీ దగ్గరే ఉండనివ్వు" అన్నది కళ్లనీళ్లతో.

నవ్య బాధని అర్థం చేసుకుంది ఝురి.

"చూడు నవ్యా. అందరిలాగే నీ జీవితానికి కూడా ఒక పరమార్థం ఉన్నది. మనకు లభించిన జీవితాన్ని మనం సార్థకం చేసుకోవాలి. నీ చోటు ఇక్కడ కాదు. నీ అవసరం ఉన్నచోటుకు నువ్వు వెళ్ళాలి. నీ బ్రతుకును నువ్వు అనుకున్నట్లుగా బ్రతకాలి. నాకు తెలుసు నువ్వు ఎంతో ఉన్నతంగా, నలుగురు మెచ్చేటట్లుగా బ్రతుకుతావని. నువ్వు ఎప్పుడు కావాలంటే అప్పుడు నా దగ్గరకి వచ్చి నన్ను చూసి వెళ్ళచ్చు" అన్నది.

నవ్య కంటినుండి ఒక కన్నీటిబొట్టు జారిపడింది. ఆమె ఝురి చెప్పినదాన్ని నమ్మింది. నెమ్మదిగా తన రెక్కలను సవరించుకుంటూ ఝురి చుట్టూ చిన్నగా ఎగరసాగింది. చిన్నపిల్ల తప్పటడుగులు వేసినట్లుగా ముందు తడబడినా, నెమ్మదిగా క్రమబద్ధంగా ఎగరసాగింది. బలహీనంగా ఉన్న రెక్క విషయాన్ని కూడా దృష్టిలో

పెట్టుకుంటూ, క్రమంగా ఆ లోపాన్ని అధిగమించి స్థిరంగా పై పైకి ఎగురుతూ తను చూడాలనుకున్న ప్రపంచం వైపు సాగిపోయింది.

ఆమె వైపే చూస్తున్న ఝరి చాలా సంతోషించింది. తను కావాలనుకున్న అందమైన జీవితాన్ని నవ్య తప్పక సాధించుకోగలదన్న నమ్మకం ఆమెకు బలపడసాగింది. వెళుతున్న నవ్యకేసి చూస్తుండిపోయింది సంతోషంతో.

చివరగా ఇంకో మాట

నవ్యకు రెక్కలు వచ్చి వినీలాకాశంలోకి స్వేచ్ఛగా ఎగిరి పోవటంతో ఈ కథ ముగుస్తుంది. కానీ ఆ ముగింపే, తరువాత జరగబోయే ఎన్నో సాహసాలకు తలుపులు తెరుస్తుంది. మనం జీవితాన్ని జీవిస్తున్నంతవరకు, జీవించటం నేర్చుకుంటున్నంతవరకు, జీవితాన్ని ప్రేమిస్తున్నంతవరకు ప్రతి ముగింపు కూడా మరొక కొత్త ఆరంభానికి దారి చూపుతూనే ఉంటుంది.

జీవితం అనేది మనం ఎవరమో, ఎందుకు పుట్టామో అని మనకు తెలియజేసే ఒక ప్రయాణం. అది మనల్ని మనకు కావాల్సిన విధంగా మలుచుకునే వనరులన్నింటిని మనకు ఇస్తుంది. వాటిని మనం స్వేచ్ఛగా, మనకు నచ్చినట్లుగా మలుచుకోవటంలోనే ఉంటుంది అసలు రహస్యం. కానీ ఎవరైతే తమకు అవకాశాలు లేవని కానీ, ఒకవేళ ఉన్నా అవి అరకొరగా ఉన్నాయని భావిస్తారో, వారు ఆ అవకాశాలను తమంతట తామే సృష్టించుకుంటారు. అవి వారికి ఎంతో శక్తిని ఇస్తాయి.

జీవితంలో మనకు ఎదురయ్యే కొంతమంది వ్యక్తులు మన జీవనవిధానాన్ని, మనం అన్నీ నేర్చుకున్నాము లేకపోతే ఇలా వెళ్ళి అలా నేర్చుకుంటాము అనే భావనను మనలో పోయేలా చేస్తారు. అటువంటి వారికి ప్రతినిధిగా ఈ కథలోని ఝురి మనకు కనిపిస్తుంది. మనలో కలిగే ఈ మార్పు కేవలం వారి సమక్షంలో ఉండటం వల్లనే జరుగుతుంది. వారే మనకు నిజమైన మార్గదర్శకులు. బహుశా మనకు దారిచూపవలసిన సరైన సమయం వారికి తెలిసినంతగా మరెవరికీ తెలియదేమో! అవసరమైనప్పుడు ఆంక్షలు పెట్టటం, లేనప్పుడు స్వేచ్ఛగా వదిలేయటంలో ఉన్న అసలైన అందాన్ని మనం, తనచుట్టూవున్న అల్పప్రాణులకు ఒక గురువులాగా దిశానిర్దేశం చేస్తున్న ఝురిద్వారా తెలుసుకుంటాం.

కథలోని చీమలు మనకు పనిపట్ల అంకితభావాన్ని, శ్రద్ధను కలిగివుండాలని తెలియజేస్తాయి. మన చుట్టుపక్కల ఎలా ఉన్నా పట్టించుకోకుండా మన పని మనం చేసుకుంటూ పోవాలి. ఇది కష్టకాలంలో మనకు ఎంతో సహాయంగా ఉంటుంది. పావురాలు ఎదుటివారిని అర్థం చేసుకోవటంలో విఫలమవటాన్ని మనకు

చెప్తాయి. మనం అనుకున్న విధంగానే ఎదుటివాళ్లు ఉండాలి అని మనం కోరుకున్నంతకాలం మనం ఎవరినీ, ఎప్పటికీ అర్థం చేసుకోలేం. మనుషుల మధ్య ఈ దూరాన్ని పూడ్చగలిగిన శక్తి ఏదీ ఈ ప్రపంచంలో లేదు. మనం చేయవలసినదల్లా ఒక్కటే – మనుషులను, వారిలో ఉన్న లోపాలతో సహా వారిని వారిగా అర్థం చేసుకోవడం, అంగీకరించడంలోనే అసలైన అందం, ఆనందం ఉన్నదని గ్రహించటమే. ఇది మనకు ఎంతో అనుభవాన్ని ఇస్తుంది. ఈ విషయాన్ని చిట్టి ఉడుత మనకు చూపిస్తుంది. తన అసహనం, తగిన సమయం వచ్చేవరకు వేచి ఉండలేకపోవటం వల్ల చేతికి అందే ఫలాన్ని నాశనం చేసుకుంది.

మనం అందరం నవ్యలా జీవితాన్ని మొదలుపెట్టినా కూడా ఝురి కాగలిగిన సామర్థ్యం ఉన్నవాళ్లమే. ఇదంతా పరిస్థితులను మనం ఎదుర్కొనే తీరు, మన జీవన ప్రయాణంలో మనం కలుసుకున్న వ్యక్తులు మొదలైన అంశాల మీద ఆధారపడివుంది. మన అనుభవాలు జీవితమనే పజిల్ సాధించటానికి దొరికిన ఆధారాల వంటివి. జీవితమనే చిక్కుముడిని విడదీయడానికి మనకు సహాయం చేసిన వ్యక్తులు కానీ, పరిస్థితులు కానీ మనతో చివరి వరకూ ఉంటాయి. మన అనుభవాలు మన లక్ష్యాన్ని మనకు ఎప్పటికప్పుడు గుర్తుచేస్తూ ఉంటాయి. ఒక్కొక్కసారి మనం ఎదుటివారినుండి గ్రహించిన అనుభవాలతో పాటు, మన వ్యక్తిగత అనుభవాన్ని కూడా వాటితోపాటు జోడించగలుగుతాం. ఇది మన ఉనికిని చాలాకాలం గుర్తుండిపోయేలా చేయటానికి సహకరిస్తుంది.

వటవృక్షం ఒడిలో వన్నెల సీతాకోకచిలుక - నేర్చుకోవడం, జీవితాన్ని పరిపూర్ణంగా జీవించడంలో ఉన్న అందాన్ని, ఆనందాన్ని వినయపూర్వకంగా తెలియజేయాలనే ఒక చిన్ని ప్రయత్నం మాత్రమే.

ఇది నేర్చుకుంటూ, నేర్పిస్తూ సాగించే ఒక జీవన చక్రం. ఇది మీలోకి మిమ్ములను తీసుకువెళుతూ, మీ అందరినీ నాకు దొరికిన ఒక సంపదగా కాపాడుకుంటూ చేసే నా జీవన ప్రయాణంలో ఒక భాగం మాత్రమే.

ధన్యవాదాలు.

* * *

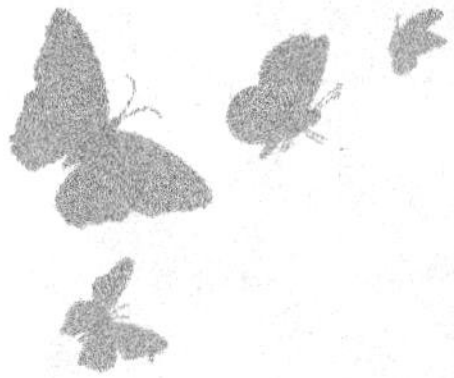